ஞாயிற்றுக்கிழமை மதியப்பூனை

பொன். வாசுதேவன்

உயிர்மை பதிப்பகம்

விலை ரூ. 70

உயிர்மை பதிப்பக வெளியீடு : 330

ஞாயிற்றுக்கிழமை மதியப்பூனை ∕ கவிதைகள் ∕ ஆசிரியர்: பொன்.வாசு தேவன் ∕ © பொன். வாசுதேவன் ∕ முதல் பதிப்பு : டிசம்பர் 2010 ∕ வெளியீடு : உயிர்மை பதிப்பகம், 11/29 சுப்பிரமணியம் தெரு, அபிராமபுரம், சென்னை –600 018 தொலை பேசி : 91 – 44 – 24993448, மின்னஞ்சல் : uyirmmai@gmail.com, இணையதளம்: www.uyirmmai.com ∕ அச்சாக்கம் : மணி ஆஃப்செட், சென்னை 600 005

Gnayitrukizhamai madhiapoonai ∕ Poems ∕ Author : Pon.Vasudevan ∕ © Pon.Vasudevan ∕ Language: Tamil ∕ First Edition : Dec.2010 ∕ Demy 1x8 ∕ Paper : 18.6 kg maplitho ∕ Pages: 112 ∕ Published by : Uyirmmai Pathippagam, 11/29 Subramaniam Street, Abiramapuram, Chennai - 600 018, India. Tele/Fax : 91-44 -24993448, e-mail : uyirmmai@gmail.com, Website: www.uyirmmai.com ∕ Printed at Mani Offset, Chennai 600 005 ∕ Price : Rs. 70

ISBN : 978-93-81095-19-5

பொன். வாசுதேவன்

1971-இல் செங்கல்பட்டில் பிறந்த பொன். வாசுதேவன் சிற்றிதழ்களிலும் இணைய இதழ்களிலும் சிறுகதை, கவிதை, கட்டுரைகள் எழுதி வருகிறார். தற்சமயம் மதுராந்தகத்தில் வசித்து வரும் இவரது சொந்த ஊர் திருவண்ணாமலை. வழக்குரைஞராக பணிபுரிகிறார். அகநாழிகை என்ற பெயரில் சிற்றிதழும் பதிப்பகமும் நடத்தி வரும் இவரது முதல் கவிதைத் தொகுப்பு இது.

மின்னஞ்சல் முகவரி : aganazhigai@gmail.com

வலைத்தளம் : www.aganazhigai.com

பொன் மாலேஷன்

[illegible]

என்னை எனக்கான
சுதந்திரங்களோடு
வாழ அனுமதித்த
பெற்றோர்
பொன்னுசாமி - மீனாட்சி
நினைவுக்கு

நன்றி

எல்லோருக்கும் எல்லாவற்றுக்கும்

கவிதைகளைப் பிரசுரித்த இதழ்கள்

கணையாழி - காலச்சுவடு - உயிர்மை - விருட்சம் - நவீன கவிதை - மவ்னம் - புதிய பார்வை - வடக்கு வாசல் - உயிரோசை - உயிர்எழுத்து - புதுப்புனல் - சௌந்தர சுகன் - யுகமாயினி - செந்தூரம் - உள்ளுறை - வார்த்தை - தமிழ்அரசி

பொருளடக்கம்

1. மொழி — 15
2. இமைகளுக்கு மத்தியில் — 16
3. இருப்பு — 17
4. இருத்தல் — 18
5. பொம்மை விளையாட்டு — 19
6. மிதந்து கொண்டேயிருக்கும் வலை — 20
7. முலைச்சூடு — 21
8. வலை வீசி தேவதை — 22
9. காலம் காலமானது — 23
10. அமுதகுடி — 24
11. தணியும் சுழல் — 26
12. காத்திருத்தல் — 27
13. பிரயாணம் — 28
14. வலை பின்னும் வாழ்க்கை — 29
15. இழைவாங்கி கோர்த்துக் கொண்டிருக்கிறது — 30
16. மனமொளிர் தருணங்கள் — 31
17. காத்திருக்கிறார்கள் அவர்கள் — 32
18. கடவுளைச் சுமந்தவன் — 33
19. சொல்ல இருக்கிறது காதல் — 34
20. பால்ய விளையாட்டு — 35
21. அதிரும் உயிர்க்கூடு — 36
22. இறைமையின் மொழி — 37
23. என்னிடம் வந்த இந்த நாள் — 38
24. நாட்களின் மீது புரளும் நினைவுகள் — 40
25. இயலாமையின் அச்சக்கூடு — 41
26. ஒரு உதவாக்கரையைப் பொறுத்துக் கொள்வது — 42
27. பிரியத்தில் விளைந்த கனி — 43
28. தவறுகளைச் சுமந்து திரிபவன் — 44
29. நீர்த்துளிகளினூடே ஒரு சொல் — 45
30. பிரியங்கள் உதிர்த்த கனி — 46
31. புசிக்கத்தூண்டும் பிரியங்கள் — 47
32. பிள்ளை விளையாட்டு — 48
33. துறவிக் காமம் — 49

34.	தொட்ட மழை விட்ட மழை	50
35.	உன் கோபமும் என் கோபமும்	52
36.	பிரியங்களின் வன்முறை	53
37.	புரிதலின் காலம்	54
38.	கொடுக்கல் வாங்கல்	55
39.	ஆதி விளையாட்டு	56
40.	எங்கிருந்தோ வந்தவொரு வண்ணத்துப்பூச்சி	57
41.	உயிர்ப்பறவை	58
42.	கரையொதுங்கிய பொழுது	60
43.	இயலாமையின் அச்சக்கூடு	61
44.	தற்கொலை	62
45.	கதவுகள்	64
46.	பாவத்தின் சம்பளம் மரணம்	65
47.	முல்லைப்பண்	67
48.	கடவுள் இறந்து விட்டார்	68
49.	காமப்பாலை	70
50.	உயிர்க்கலயம்	71
51.	மாட்சிமை புரி	72
52.	அவன் ஒரு பறவைதான்	73
53.	பாதி வழியில் போகிறவள்	74
54.	365 இரவு 365 பகல்	75
55.	சாத்தானின் தாசியன்	76
56.	உயிர்ப்பூ	77
57.	அறியத்தருகிறேன் என் குளுமையை	79
58.	வாதையின் கணங்கள்	80
59.	பிரியத்தின் சகாயத்தில் கிடைத்த சொற்ப சந்தோஷங்கள்	81
60.	சூன்யச் சுவை	82
61.	ஒரு கவிதையை வாசிக்கும் பொழுதில்	83
62.	துரத்தும் பெருந்துறவு	85
63.	ஒற்றை நினைவிலை	86
64.	ஓவிய நீட்சி	87
65.	மிதக்கும் வதந்திகள்	88
66.	பிரிந்துபோன தோழிக்கு	89
67.	சிக்கல்	90
68.	அடை	91

69. நகரின் வெளியே	92
70. தொடங்கியிருக்கிறோம்	93
71. ஒரு பொழுது	94
72. ஞாயிற்றுக்கிழமை மதியப்பூனை	95
73. என்ன செய்யப் போகிறீர்கள்	96
74. உயிர்ப்பிரதி	97
75. பூனைப் பருவம்	98
76. விடைபெற்றுக் கொள்கிறேன்	99
77. கொண்டாடிச் செல்கிறேன்	100
78. சேருமிடம் அகழ்ந்து	102
79. இரைச்சல்	103
80. தொடர்மழை	104
81. என்னிடம் வந்த இந்த நாள்	105
82. பலூன் பிரியம்	107
83. ஆறுதல் சாயம்	108
84. கவிழ்தல்	109
85. காதல் காட்சி	110
86. மீசைப்பூனை	111
87. இந்தக் கவிதை	112

69. நன்மை செய்வீர்	92
70. தொடர்பற்றிருக்கும் முறை	93
71. ஒரு பொருள்	94
72. வாழ்க்கைப்பயன் மற்றும் பயனற்றவை	95
73. எளிய செய்யுட் வகைகள்	96
74. உணர்ச்சி	97
75. ஈசனது பெருமை	98
76. ஈசன் பெருமை கொளற்குறிப	99
77. கேள்வதாமதே கேளவீரா்	100
78. செய்யுட் அமைப்பு	101
79. இறைதசன்	103
80. தொடர்ந்தனவு	104
81. சமண்பும் மற்றம் இரத மூசா	105
82. மனிதன் பிறவா	107
83. ஆத்மரீக ஞானம்	108
84. வாழ்த்துக்கள்	109
85. சாதிப்பாசம்	110
86. நீலபாிப்யம்	111
87. இறைத்த மனித	112

மொழி

உன்னுடன் சேர்ந்து வரும்
மௌனம் போதுமெனக்கு

என்னுடன் நீ
பேச வேண்டியது அவசியமில்லை

எனது பேச்சினைக் கேட்டு
எதையும் வெளிப்படுத்த வேண்டியதில்லை
உன் மௌனத்தைத் தவிர

உனது மௌனம் என்னை
மறுத்துப் பேசாது

உனக்கும் எனக்குமிடையே என்றும்
கருத்து வேறுபாடுகளில்லை

எனது மொழி உனக்கும்
உனது மௌனம் எனக்கும் விளங்கும்

தொடர்பின்றி நான் பேசினாலும்
உனது மௌனம் என்னிடம்
கைகட்டி தலை குனிந்து நிற்கும்

உனக்கும் எனக்குமிடையே
போட்டிகளோ பொறாமைகளோ இல்லை
என்றும்
நீ
உன் மௌனத்தைக் கடைபிடிக்கும்வரை.

இமைகளுக்கு மத்தியில்

மனதை நனைத்துச் சென்ற
மழைச்சேறில்
கால்வைத்து நடந்து சென்றாய்
நீ

சிதறி விழுந்த நீர்த்துளிச் சேர்க்கை
நெய்த நினைவுகளில்
இடமுண்டா புரள
திரும்பத் திரும்ப
நீயுமற்ற எனக்கு

தனியாய்
கண் மூடி சலனமற்று நிற்கிறேன்

விழியிடுக்குள்களில் நீர் கசிய
சிறு துளிச் சேர்க்கையில்
வழியத் தயாராய் இருக்கும்
உன் விழிக் கண்ணீரின் சூழலில்

வழிந்தோடுகின்றாய்
நீ
நினைவுகளாய் என்னை விட்டு.

இருப்பு

இழையிழையாய்
வெளியேறிக் கொண்டேயிருக்கும்

விரலை விட்டு
குளிக்கும் பொழுதில் உடல் கீறி
வெளிப்படுத்தும் தன்னிருப்பை

தவிர்க்க முடியாதுதான்
மறுபடி நறுக்க மறுபடி வளரும்

வீட்டிலே போட்டோமென்றால்
குடும்பத்திற்கு ஆகாது
விளக்கேற்றியபின் நறுக்கவும் கூடாது

நெடுநாளாகக் காத்திருந்தும்
வளர்க்கின்றனர் நகங்களை
தன்னையே கீறக்கூடுமென
அறிந்திருந்தும்

வெறியுடன் கடித்துத் துப்புபவரும் உண்டு
சிந்தனையில் இருப்பதைக்காட்டி

விரல்களுதிர்ந்த மனிதனைக் காண்கிறேன்

விரல்களை ஆக்கிரமித்த
நகங்களில்லை அவனிடம்

உண்மைதான்
வேறு வழியில்லைஎன்றுதான்
விட்டுவிடவும்
வெட்டித்தள்ளவும் வேண்டியிருக்கிறது
நகங்களை.

இருத்தல்

எங்கெல்லாமோ திரிந்து
சலித்துப்போய்
இறுதியில் நுழையும்
ஊர் நடுவிலிருக்கும்
காய்கறி மண்டியில் மாடு

உதிர்ந்த தழைகளுக்கும்
அழுகி நசுங்கிய காய்களுக்கும்
ஆசைப்பட்டுச்
செல்லும் நாவில் நீர் வடிய

அதற்கெனவே
காத்திருந்தது போல் வந்து அடிப்பான்
வாழைத்தாரின் நடுத்தடியால்
கூலிக்கென ஓடும் பையன்

வியாபாரம் ஓய்ந்து
வீடு திரும்பும் வேலையில்
சேகரிக்கத் தொடங்குவான்
உருண்டோடிய காய்கறிகளையும்
உதிர்ந்து குவியலாகக் கிடக்கும்
தழைகளையும்
யாருக்கும் தெரியாமல்.

பொம்மை விளையாட்டு

பிசைந்தெடுத்து வழியவிடுவாய்
அன்பற்ற இறுக்கத்தை என் மேல்
இரைச்சல்களற்று எல்லாம் உறங்கும்
இரவின் விளிம்பில் அமர்ந்து
காத்திருந்த நீ

இப்போதும் ஒரு கணம்
படரும் ஓசையெனக்கு
கேட்கிறது சுவாசமாய்

சருமம் கருக
நிரப்பவியலா பள்ளத்தாக்கில்
உருகி வழிந்து ஓயும் ஊற்றாய்
களைத்துறங்குகிறாய்

ஒரு சொல் இல்லை

மொழிகளுக்கப்பாற்பட்டு அதிரும் ஓசை
உள் பேசும் நான்

மின்னலாய்த் தோன்றுமொரு யோசனை
பாய்ந்து வெளிப்பட்டாலென்ன

அறுந்து சுருண்டு
கவிழ்ந்து படுக்கும் நான்
களைத்துக் குழந்தையாகியுறங்கும்
உன் முதுகு பார்த்து.

மிதந்து கொண்டேயிருக்கும் வலை

அடர்மழை மௌனமாய்
யாருக்கும் தெரியாமல்
இறங்கும் வேளையில்
உயிர்ச்சுழி தேடிப்பரவுகிறது
நீ வீசிய வலை

விழி தீண்டும் தூரம் அறியாது
அப்பிக்கிடக்கிறது இருள்

வெடிக்காத இசையின்
அரூப ஒலியாய் காத்திருக்கிறது
வலை வருடிய கைகள்

தனியுச்சியில் புதையுண்டு
தருணம் நோக்கி காத்திருக்கிறேன்
வலைக்குள் உன்னை இருத்த.

முலைச்சூடு

உள்நோக்கிப் பீறிடும் ஊற்றாய்
பெருகி வழிகிறதுன் வாசனை

மழை பிசைந்த உன் தலையினூடாக
பரவுகிறதென் முத்தங்கள்
மூச்சுக் காற்றின் வெப்பம் விரிய

ஓசையின்றிப் பிரிந்திருந்த
உன் இரவிக்கையின்
தையல் இடைவெளியில்
கசிந்து வழிகிறது உன் வெளிர் மார்பு

கண் மூடி வாய் புதைந்து
தாழ்மையோடு யாசிக்கிறேன்
உன் முலைகளின் வாசலில்

வேண்டி வேண்டி
அழுதும் ஆனந்தமாயும்
என் வாயுறுஞ்சிய
தாயின் முலைச்சூடுகளை
மீட்டுப்பெற வேண்டி.

வலைவீசி தேவதை

கண் முன் ஒரு தேவதை
அலைகளை சேகரித்து வீசுகிறாள்

முகத்தின் மீது
கழுவிச் சலிக்கின்றன அலைகள்

அலை சூடிய முகத்தோடு
கடற்கரையில் செல்கிறேன்

இப்போது வேறொரு தேவதை
கடற்காற்றில் வலை படபடக்க
வீசுகிறாள்

தப்பி ஒளிகிறேன் கடலுக்குள்

அலையையும்
வலையையும்
கடந்து முழ்கித் தேடுகிறேன்
மற்றுமொரு தேவதையை.
(காயத்ரிக்கு)

காலம் காலமானது

அதிகாலையில்
ஆம்னி பேருந்து வீசிச்சென்ற
பச்சை மேலுறையிட்ட புத்தகக் கட்டினை
தனக்கான உணவோ என
தோற்றப்பிழையுற்று முகர்ந்து
ஏமாற்றமடைகிறது மாடு

அதனுள்ளிருக்கும் இருபது புத்தகங்களிலும்
மேய்ச்சலைக் குறித்த எனது
கவிதைகளிருப்பதை அறியாது.

மரங்களேயற்ற ரங்காச்சாரி தெருவில்
கேபிள் ஒயர்களைப் பற்றித்
தலைகீழாய் தொங்கியபடி
செட்டியார் வீட்டின் மாடியிலிருந்து
நாடார் கட்டிடத்திற்கு
சாலையைக் கடந்து
செல்கின்றன குரங்குகள்

டிஷ் குடைகள் வேடிக்கை
பார்த்துக் கொண்டிருக்கிறது
குரங்குகளின் சேட்டையை.

அளந்தெடுத்தாற்போல்
குறித்த இடைவெளியில்
உன் விரல்களிலிருந்து
உதிர்ந்து கொண்டிருக்கிறது புள்ளிகள்

தீர்ந்துபோன புள்ளிகளுக்குப்பின்
கைநீளும் திசையெல்லாம்
கோடுகளாகி ஓவியமாகிறது கோலம்

விடிந்து கொண்டிருக்கிறது வீடு
காலத்தின் செதில்களையுதிர்த்து
தினம்தினம்.

அமுதகுடி

விசித்திரமான சுவையைப்
புனைந்திருக்கிறது நம் நட்பு

கொண்டு வந்து வைத்திருக்கும் மதுவில்
நிராசை புலப்படுவதாய்க்கூறி
விடுதியை விட்டு வெளியேறும் நான்

காலம் நேரமற்று மதுக்குப்பியை ஏந்த
எந்த நேரத்திலும் தயாராக இருக்கும் நீ

பரஸ்பரம் நட்புதான் நமது

சந்தேகிக்கின்றனர்
எப்படி வெளிப்படுகிறது
நட்பு இவர்களுக்குள் என்று

கூடிக்கூடிப் பேசுகின்றனர்
சுற்றிலும் நம்மைப்பற்றி
நட்பின் ரகசியம் அறியாமல்

ஒரு நாதாங்கியின் தள்ளலில்
உலகையே மூடிவிட்டதாய் எக்காளமிட்டு
பரவசத்தில் உடல் நடுங்க
விரிந்திருக்கிறோம் நாம்
மதுக்கோப்பைகளின் முன்பு

திரண்டெழுந்த மருவைப்போல
புடைத்திருக்கிறது மூக்கு

திறக்கப்பட்ட மதுவின் மணம் சுவைத்து
நினைவற்றுக் கிடப்பதைப்போல
பெருமகிழ்ச்சி உள்ளதா

மிதக்கும் கேள்விகளுடன் அலைகிறோம்
குடிமயக்கம் தழுவ

வெடித்துப்பரவுகிறது உண்மைகளின் விதைகள்
ஒப்பனைகளைக்கலைத்து
மூடிய அறைக்கதவுகளுக்கிடையேயான
நீள் கோட்டுத்துவாரங்களில் கசிகிறது

தொங்கிக்கொண்டிருக்கும்
செவிகளின் நிழல்கள்
கூர்ந்து கவனிக்கின்றன
நாம் பேசுவதை.

தணியும் சுழல்

இப்போதெல்லாம்
அடிக்கடி
பார்வையை உன்மேல்
வைக்க நேரிடுகிறது

இரவுகளிலும்
பயந்து பயந்து
கண்காணிக்க வேண்டியிருக்கிறது
உறங்குவதற்கு உனக்கேற்ற நேரம்
எதுவென்பதைப்
புரிந்துகொள்ளவியலாமல்

ஒரு கையால்
மார்பகம் பற்றியுறங்கும்
உன்னை விலக்கிய தருணங்கள்
உறுத்தும் விடிந்த பின்

என்ன செய்ய
வெட்கமாகத்தான் இருக்கிறது
அருகில் படுத்துறங்கும் உன்
ஒவ்வொரு சிறு அசைவிற்கும்
பயந்தபடி புணர.
(சுதாகருக்கு)

காத்திருத்தல்

நீர்ச்சுழல் வழியே
மேய்கிறது பார்வை
ஓசையின்றி மொழியைக்
கசிய விடும் மீன்களின் மீது

பயம் தீண்ட வாயவிழ்ந்து
கதறும் சின்னஞ்சிறு மீன்களை
பெருவைக்குள் மூழ்கடிக்கும் மீன்கள்

உதடசைத்து சுவைத்தபடி
தொடர்கிறது எனது
தூண்டிலின் புழுவைக் கவ்வ

காத்திருக்கிறேன்
தக்கையின் ஓரசைவிற்காக.

பிரயாணம்

கவிழ்த்துக் கொட்டிய தவளை மூட்டையென
இரயிலை விட்டு அவசரமாய்
வெளியேறியும் உள்நுழைந்தபடியும்
இருக்கின்றனர் மனிதர்கள்

கடக்கும் காட்சிகளில்
இலயிக்கும் வாய்ப்பற்று
உடனுக்குடன் நிறுத்தம் வந்துவிடும்
இரயில் பிரயாணத்தை
இடப்பெயர்ச்சியென்றே கூறத்தோன்றுகிறது

வளையங்களில் கைகள் தொங்க
அவரவர் சிந்தனையில்
அவரவர் பிரச்சினைகள் மட்டும்

ஓரசைவில் தானாய்க் கைநழுவி
எதிரமர்ந்திருப்பவரின் தலை சரிகிறது

போதையளித்த மகிழ்ச்சியைக்
கொண்டாடும் சிலர்
வாசலில் நின்று எதிர்க்காற்றை
முறைக்கின்றனர்

தலைக்குமேல் கடந்து செல்லும்
விமானத்தின் இரைச்சலில் மிரண்டு
இரயிலுக்கு அருகில் ஓடி வருகிறது மாடு

கடந்து கொண்டிருக்கும் தூரத்து ஏரியில்
நீருதிர வாயில் மீனைக்கவ்வி
வானுக்குயர்கிறது நீர்க்காகம்

நான் சென்று கொண்டிருக்கிறேன்
கடைசி நிறுத்தம் வரை.

வலை பின்னும் வாழ்க்கை

உமிழ்ந்து இழையாக்கி
பிணைந்து வடிவமைத்து
மேலேறிக்கொண்டிருக்கிறேன்
பற்றுதல் தேடி உச்சிக்கு

கண்காணிக்கப்படுவதன் உறுத்தல்
முதுகின் மேல்
வீசத்தயாராய் ஒரு விரல்

வேறொரு முனைக்கு நகர்கிறேன்
இயலாமையில்
நொடித்துகள் வேகத்தில்
விழுகிறது விரல் ஓரிழை மேல்
அறுபட்டுத் தொங்குகிறேன்
எனது இழைகளைப் பற்றியபடி

நூலிழையில் தொங்கி
அலைக்கழிக்கப்படுகிறது
எனது வாழ்க்கை.

இழைவாங்கி கோர்த்துக் கொண்டிருக்கிறது

கற்பனை வெளியில்
தேங்கிய ஆசைகள்
அறியாத அந்தரங்கம்
மனதையவிழ்த்துப்போட்டு
நேர்த்தியாய்
தீர்க்கமாய் உயிர்ப்பூட்டி
இழை வாங்கியில்
ஒவ்வொன்றாய்க் கோர்த்து
ஆசைகளை இறுக்கியணைத்து ஆடுகிறது

காற்றைப் புணர்ந்த
விழுதுகளின் வேகத்தோடு
எதையும் சொல்வதற்கு விருப்பமின்றி
தொலைவில் நின்று
வேடிக்கை பார்த்துக் கொண்டிருக்கிறது
நான்.

மனமொளிர் தருணங்கள்

தளர்ந்து இறுகும்
சிறகுகள் அசைத்துக்
கால் புதைய காற்றில்
நடக்கிறது ஒரு பறவை

என்னை நானே
அருந்தி இரசிக்கும் தருணம் அது

காற்று உதிர்த்த
பறவைச் சிறகின் கதகதப்பைக்
கைப்பற்றி
கன்னம் வைத்து அகமகிழ்கிறேன்

தூரத்தில் சென்று கொண்டிருக்கிறது
பறவை
உதிர்ந்த சிறகு குறித்த
கவலையேதுமற்று.

காத்திருக்கிறார்கள் அவர்கள்

முகமொளிர் முறுவலுடன்
சாளரங்களற்ற அறையின் இருளாழத்தில்
எனது கவிதையை எழுதிக் கொண்டிருந்தேன்

காற்றுவெளியில் மிதந்து
பரவிக்கொண்டிருந்த
வார்த்தைகளின் வாசம்
ஈர்த்ததாய்க்கூறி
அவர்களாகத்தான் வந்தார்கள்

வார்த்தைகளை உலையிலிட்டு
நான் தகதகக்கச் செய்ததும்
அவர்களின் பொருட்டேதான்

தரைக்கொடியேற்றி
தளம்வரை சென்றதும்
அவர்களிட்ட நீர்ச்சுழி உறிஞ்சித்தான்

இன்றும் அவர்கள் காத்திருக்கிறார்கள்
இரக்கமற்ற குரூரத்துடன்

நினைவுகளில் உராய்ந்திழைந்து
விரல்வழியே வெளிவரும்
எனது வார்த்தைகளின் வரவுக்காக.

கடவுளைச் சுமந்தவன்

அன்றிரவு
கடவுளைத் தலைமேல் சுமந்து
செல்லும்படி பணிக்கப்பட்டிருந்தேன்

ஊர்வலம் முடிய
இரண்டரை மணி நேரம் ஆகலாம்
என் தலைமேல்தான்
கடவுள் அதுவரை

இரவை ஏங்கிக் காத்திருந்தேன்
இரவினில் கட்வுள்
கடவுளாக அல்லாமல்
சிலையாகவே அலங்கரிக்கப்பட்டார்

புத்தாடை அணிவிக்கப்பட்டு
புதுமலர் சூடி
ஆனந்த ஆயத்தமாகினார் கடவுள்

இறுக்கிய கயிறுகள் உடல் பொதிய
கீழே விழுந்து விடாதபடிக்கு
கட்டைகளுடன் இணைத்து
இழுத்துப் பிணைக்கப்பட்டார் கடவுள்
அப்போதும் அவர் முகத்தில்
புன்னகை தேங்கியிருந்தது

ஊர்வலம் தொடங்கியது
என் தலைமேல் கடவுள்
சுற்றி முடிந்ததும்
களைப்பும் சோர்வும்
சேர்ந்தென்னை நசுக்கியது

பத்திரமாக கோவிலில்
இறக்கி விட்டேன் கடவுளை

நிம்மதியாகவும்
மனநிறைவாகவும் இருந்தது
கடவுளுக்கும்.

சொல்ல இருக்கிறது காதல்

நூற்கண்டின் முனையெனப் பற்றி
சூரியக்கதிர்களை
இழுத்தோடும் ரயிலொன்றின்
ஜன்னலோர இருக்கையில்
என்னோடு பயணப்படுகிறது
உன் நினைவுகள்

போதையுண்ட எதிர்காற்று அலைக்கழித்த
என் கண்ணிமைகளை மூடித்திறக்கையில்
அனிச்சையாய் பூரித்துப் பூக்கிறாய் நீ
விழியோர நீர்த்துளிகளாய்

பெருந்தாகத்துடன் குடிப்பதற்காய்
உயர்த்திக் கவிழ்த்த
பிளாஸ்டிக் குவளை
நீரின் பதற்றத்தோடு
உள்நிரம்பி நெஞ்சடைக்கிறது
உன் பிரியத்தின் அழுத்தங்கள்

இருட்டத் தொடங்கியதன் அவதானிப்பில்
வேகமாய்க் கூடடையும்
பறவையின் அவசரத்துடன்
எனக்கு நானே
சொல்லிக் கொள்கிறேன்

எனக்கும் காதல்
இருந்தது
இருக்கிறது
இருக்கும்
இவ்வாறெல்லாம்.

பால்ய விளையாட்டு

வாழ்ந்து தீர்த்த பால்யத்தின்
நிறைவேற்றாத நேர்த்திக்கடனாய்
மிச்சமிருக்கின்றது பிரியங்கள்

உலர்த்தி பதப்படுத்தி
பத்திரப்படுத்தி
சேமித்து வைத்திருந்த பிரியங்களை
காதலைக் கொண்டாடும்
ஒரு தினத்தில்
பீங்கான் குவளையிலிருந்து
கவிழ்த்துக் கொட்டி
பார்த்தபடியிருக்கிறேன்

விளையாட்டின் ஞாபகங்களை
நினைவிலேந்திய சொப்புகளின்
ஏக்கத்தோடு
காலங்களுக்குப் பின்னும்
யாசித்துக் கொண்டு
வெறிக்கின்றன பிரியங்கள்

பிரியங்களைச் சுமந்து
முணுமுணுத்தபடியிருக்கும்
அவற்றின் சப்தம்
அறையெங்கும் மெல்லப்பரவி
சலசலப்பால் நிறைகிறது

நெளிந்து கொண்டிருக்கும் பிரியங்களை
ஒவ்வொன்றாய்க் கையிலெடுத்து
ஆசுவாசப்படுத்தி
ஆற்றுப்படுத்தி
ஆசைதீர பார்த்துவிட்டு
மறுபடியும் குவளைக்குள்
இட்டு மூடிவைக்கிறேன்
பத்திரமாய்.

அதிரும் உயிர்க்கூடு

பச்சைப்பாறையுச்சியிலிருந்து
அச்சமற்று குதித்துத்
தற்கொலை செய்து கொண்டிருந்த
தொடர் நீர் சரத்தின் பின்புறமாய்

தலை நுழைத்து
ஆரஞ்சு வண்ணங்கள்
விழியுருண்டையில் எழும்ப

இறுகக் கண் மூடி
நெடுந்தூரம் கடந்துவிட்ட
பிராயத்துக் காட்சிகளையும்

பிரியத்துக்குரியவர்களின்
பிரியங்களையும்
பிரிவுகளையும்
துரோகங்களையும்
அணுக்கக் கணங்களையும்

உணர்வுகளின் எடையற்று
மிதந்தபடி ருசித்து
முழ்கிக் கொண்டிருக்கிறேன்

உயிரோடு குதித்த தொடர்நீர்
என் மேலறைந்து
பெருவோலத்துடன்
உயிர்பிரியாத சோகத்தில்
மறுபடி வானேறி
சூரியனில் கலந்தது
மறு சுயமரணம் தழுவ.

இறைமையின் மொழி

சுய அச்சத்தின் காலடி
தொடரும் காலங்களில்
இறைமையிடம் முறையிட எண்ணி

கோபுரப் புறாக்களுக்கு அதிர்வூட்டி
கிளர்ந்தெழச்செய்து
இருள்கிழித்து அலைபாயும்
வவ்வால்களின்
மௌனம் குலைத்து

தொன்மக்கற்கள் அடுக்கி
ஆழ் அமைதியுடன் தனித்திருக்கும்
அக்கூடடைந்த வேளை

இதழ்களின் இறுக்கம் தளர்த்திய
தடங்களேதுமின்றி
வனப்பாய்
பூத்துக் கொண்டிருக்கிறது
ஒரு மலர்

உள்முழ்கி லயித்து
வான் நோக்கிப் பார்க்கையில்
முகத்தில் தெறிக்கிறதோர்
ஒற்றை மழைத்துளி.

என்னிடம் வந்த இந்த நாள்

சுரக்கத்தொடங்கிய
ஆதி நாட்களிலிருந்து
வற்றிப்போகாத நாளொன்று
என்றைக்கும்போலவே
என்னிடம் வந்து தஞ்சமடைந்தது

மணல்வெளி புகுந்து வெளியேறிய
கால்களைப் பற்றிய
நுண் துகள்களாய் என்னுடனே
மின்னிக்கொண்டிருந்தது

அழகின் இருப்பு தேடிச்சேரும்
ஆசிர்வதிக்கப்பட்ட
செடியின் மலராய்
திளைக்கச்செய்து
பொழுதினை நகர்த்தியது

கசப்பையும் மௌனத்தையும்
குமிழியிட்டுக் கழித்த
நேற்றைக் கவ்வி
பூரிப்பையும் பிரியங்களையும்
தூறிச்செல்கிறது

மன இடுக்குள்களில்
கசிந்து கொண்டிருக்கும்
வேதனைச் சுனைகளில்
சந்தோஷங்களை
நிரப்பி ஒத்தடமிடுகிறது

பிஞ்சுக்குழந்தையின்
மென்பஞ்சுக் கன்னங்களையொத்த
கதகதப்பில் தோய்த்தென்னை

துயிலாழச் செய்கிறது
அமைதியின் உணர்கொம்புகளைக்
துய்த்தபடியிருக்கும் என்னிடம்
விடைபெறும் தருணத்தைக்
குறிப்புணர்த்தியது

பிரிவுத்துயரின் நீர்த்தாரை வழிய
இன்றிருந்த நாளே
தொடர வேண்டுமென
இறைஞ்சுமென்னிடம்

தாழப்பறந்தும் கையில் சிக்காத
விருப்பப் பறவையாய்
கொஞ்சமும் இரக்கமில்லாது
கடந்து செல்கிறது இந்த நாள்.

நாட்களின் மீது புரளும் நினைவுகள்

விழி மீதேறிக் குதிக்கும்
ஆச்சர்ய புருவக் கதிர்களோடு
முதல் எதிர்கொண்ட யமுனாவை
சொற்களால் அளவிட இயலாமல்
நினைத்தபடி வெப்பச்சூரியனை உடைத்து
வழியேற்படுத்தி நடந்து கொண்டிருக்கிறது

வெம்மையிலிருந்து கரையேறிப் புகுந்த
அச்சிறு குளிர் நிறைவளாகத்தினுள்
கண்ணாடி முட்டியபடி
மென்வலி ரசித்துக் கொண்டிருந்த
மீன் குஞ்சுகளின் குறுகுறு
பார்வையின் பின்னலில்
பயணித்துக் கொண்டிருக்கிறது
மறக்காமல் நினைவு

சத்தத்திற்காய் காத்திருந்த
காதுகளில் படர்ந்தவொலியை
வார்த்தைகளாய் நிறைத்தபடி

யெதையோ நினைத்து
யெதையோ செய்து
யெதையோ நோக்கி
யெதுவோ ஆகி
யெங்கோ
பயணித்துக் கொண்டிருக்கிறது
நானாகிய அது.

இயலாமையின் அச்சக்கூடு

பயம் சூல் கொள்கிற
இருட்போர்வையினுள்
நுழைகிற இக்கணம்
முழுதும் நிரப்பப்படாத
என் பயணக்கோப்பையின்
ததும்பக் காத்திருத்தலுக்காக
கள்ளப்பார்வையுடன்
நோக்குகிறது நான்

நீ வந்து
நிரப்பிய மிச்சம்போக
பேசிப்பேசி
என் வெளியே முளைவிட்ட
இறந்தகால விதைகளின்
வேர்க்குஞ்சுகள்
என்னுள் தேடிக்கண்டு
பற்றிப்பரவியபடி வளர்கின்றன

சேர்த்துக் கட்டியதை
அங்குமிங்கும் பார்வை அலைபாய
ஆவலான எச்சரிக்கையோடு
கலைத்துப்போடும்
குரங்கின் லாவகத்தோடு
விழுங்கிய இச்சைகளை மறந்து
ஒற்றை விரல் நீட்டி
கம்பீரமாய்ச் சுட்டி
எனையுரசிச் செல்கின்றன
என் இயலாமைகள்

ஒரு உதவாக்கரையைப் பொறுத்துக்கொள்வது

நான் ஒரு சாதாரணன்
உதவாக்கரை

நிகழ்வுகளின்
நுனியைப்பற்றி ஆரம்பிக்கிறது
என் வெற்றிகளும் தோல்விகளும்
அனுபவங்களும் சிந்தனைகளும்

ஒடிந்து அதிர்கிற
வெட்டுக்கிளி கால்களின்
துடிப்பினைப்போல்
மெல்ல மெல்ல மடிகிறது
என் உயிர்த்தலின் ஆதாரம்

ஆயினும்
சிரமமானதுதான்
ஒரு உதவாக்கரையைப்
பொறுத்துக் கொள்வதென்பது.

தத்தளித்து
முழ்கிக் கொண்டிருக்குமென்
உயிர்த்தாகமறியாமல்
ஆழ்த்திக்கொண்டிருக்கிறது நதி
சலனமின்றி.

பிரியத்தில் விளைந்த கனி

உனக்குத் தெரியும்தானே

நிச்சயம் தெரிந்திருக்கும்

நீயாக விருப்பப்பட்டுதான்
என்னை விதைத்தாய்
பராமரித்து வளரச் செய்தாய்
அன்பு கூர்ந்தாய்

ஒன்றும் செய்துவிடமாட்டேன்
என்று உத்தரவாதமளித்தாய்

வளர்ந்த பின்பு
என்னைப் பறித்தெடுத்தாய்

கூறு போடுகிறாய்
பிழிந்து சுவைக்கின்றாய்
பருகி வியந்தாய்

வசீகரம் செய்தாய்
அடிமையாக்கினாய்

நானோ
பத்திரமாய் வைத்திருக்கிறேன்
வெவ்வேறு சுவை வடிவாய்
என்னை உனக்குள்

பிரியத்தின் பொருட்டே
உனக்குள் என் வாழ்வு
பூரணமடைந்திருக்கிறது.

தவறுகளைச் சுமந்து திரிபவன்

விரும்பிச்செய்த
தவறுகளின் கணங்களைத்
துழாவிக் கொண்டிருக்கிறது மனம்

இரைச்சல் அமைதி
இனிமை துயரம் என
தீராத உணர்வுகளால் நிரம்பியவை
அத்தவறுகள்

தவறுகளின் சாயல்
எல்லோருள்ளும் பூசப்பட்டிருக்கிறது

படர்ந்து கொள்ள ஆள் தேடி
தனித்து விடப்பட்டிருக்கும் தவறுகள்
காற்றில் எப்போதும் அலைந்தபடியிருக்கின்றன

தவறுகளின் நிழலில்
இளைப்பாறுதல் இல்லாமல்
ஒரு வாழ்வைக் கடப்பது
எவ்வளவு கடினம் என்பது
நீங்கள் அறிந்ததுதானே

ஒருவருக்கும் தெரியாமல்
அல்லது அவ்வாறெண்ணி
நீங்களும் செய்திருக்கக்கூடும்
அவரும் செய்ததுதான்
எல்லோரும் செய்வதுதான்

பல தவறுகளைச் செய்த பிறகும்
தவறுகளைத் தவறாகவே
நீங்கள் பார்ப்பது ஏன்

ஒரு அடையாளத்திற்காகத்தான்
இதைத் தவறு என்று
சொல்லிக் கொண்டிருக்கிறேன்
மற்றபடி
அது சரியாகவும் இருக்கலாம்.

நீர்த்துளிகளினூடே ஒரு சொல்

மழை முளைத்து வேகமாய்த்
துளிர்விடத் தொடங்கிய வேளையில்
நீர் பிசைந்த குளிர் காற்றை
முகத்தில் பூசியபடி
நடந்து கொண்டிருக்கிறேன்

நினைவின் உணர்கொம்புகளில்
தன்னிச்சையாய்
சுரக்கத் தொடங்கியிருந்தாய் நீ
எப்போதும் போல

வீட்டுக்கூரையை நாவால் சுவைத்து
தவழ்ந்திறங்கி உதிர்ந்து
கொண்டிருக்கிறது மழை நீர்
நான் சேமித்த உன் காலத்தின்
நொடித்துகள்களாய்

நனைந்த உள்ளாடைகளின்
ஈரம் உடலுடன் பிசுபிசுக்கிறது
உள் நினைவுகளைப் போல

மழைக் குருவியின் கடுகுக் கண்கள்
உற்று நோக்கியபடியிருக்கிறது
மிச்சமிருக்கும் வதைகளை
நான் சுமந்து செல்வதை

சென்று கொண்டிருக்கிறேன்
தனியனாய்.

பிரியங்கள் உதிர்த்த கனி

ஞாபகத்தின் காலடியில்
தஞ்சம்புகும்
இன்றைய மீள்நினைவுகளைப்
பிரியங்களால் ஒத்தியெடுத்து
படுக்கையில் கிடத்துகிறேன்

ஊர்ந்து கொண்டிருக்கும்
அன்பின் கணங்களை அனுபவித்தபடி
பயணிக்கிற திசைகளிலெல்லாம்
தடம் தரிசித்து
நீங்கிக் கொண்டிருக்கிறது நான்

பொய்த்துப்போன
பெருமழைக்காலத்தின்
வெக்கை நினைவுகளில்
மிச்சமிருந்த பழைய பிரியங்கள்
நனைத்துக் கொண்டிருக்கிறது.

வலுக்கட்டாயமாய்
உதிர்ந்த பிரியங்களைத்
திசைக்கொன்றாய் வீசிச்சுழற்றி
கடத்திக் கொண்டிருக்கிறது காற்று.

புசிக்கத்தூண்டும் பிரியங்கள்

குறிவைத்துச் சுடப்பழக்கிய
துப்பாக்கி கையாள்பவனின்
லாவகத்தோடு
சலிக்காமல்
அன்பை ஈன்றுகொண்டிருக்கப்
பழகியிருக்கின்றன பிரியங்கள்

நிகழ்வின் சாத்தியங்களாக
அன்பும் பிரியமும் மட்டுமே
என்று விதிக்கப்பட்டிருக்கிறது
பிரியங்களுக்கு

இரையாகப் போவதறியாமல்
சிறுவலியோடு நெளிகின்ற
புழுவின் அறியாமையோடு
பிரியங்களால் ஈர்க்கப்படுகிறது
அன்பின் மீன்கள்

கனிவை இறைக்கும்
வரைபடமொன்றில்
எப்போதும் அழுகாமல்
பளபளவென்று பழுத்து
புசிக்கத்தூண்டுகின்றன
பிரியப்பழங்கள்.

பிள்ளை விளையாட்டு

எண்களை இணைக்க முயல்வதில்
ஆரம்பிக்கிறது
காயத்ரியின் விளையாட்டு

ஒன்றை இரண்டோடு
இணைக்கும் போது
அவளுக்கு எதுவும் புலப்படவில்லை

மூன்றும் நான்கும்
சேர்கையில் பின்னங்கால்கள்
ஓரளவு தெரிந்தது

நத்தையின் நிதானத்தோடு
எண்களைத் தேடி
ஊர்ந்தது அவளது எழுதுகோல்

நிகழ்ந்துவிடக்கூடிய சாத்தியங்களின்
அருகாமையில் குழப்பமுற்று
சற்றே தணிகிறாள்

கடைசியில் முழுமையாகத்
தெரிந்த படுத்திருந்த
புலியைப் பார்த்து
திருப்தியோடு மூடுகிறாள்
படக்கதை புத்தகத்தை.

துறவிக் காமம்

அன்பைச் சூப்பியே
வாழப்பழகிவிட்ட
அபாக்கியன் நான்

அதிருப்திகளின் விளிம்பில்
நின்றழும் என் ஓலங்கள்
கணங்கள்தோறும்
குவியச்செய்கிறது
எனக்கான அன்புகளை
என் வசமாக

பழக்க அடிமையானதால்
நேரம் போதவில்லை
பிரியங்களை மேய்க்க

இழுத்துவிட இழுத்துவிட
அனிச்சையாய்
வாய்க்குள் விரல் வைக்கிற
குழந்தையின் பிடிவாதமாய்
எல்லோரைப்போலவும்தான்
நானும்
அன்பைச் சூப்பியே
வாழப்பழகியிருக்கிறேன்

முப்பது வருடங்களானது
எல்லோரும் அப்படித்தான்
என்று உணர்ந்தறிய.

தொட்ட மழை விட்ட மழை

போகிற வழியில்
ஏதோவொரு ஊரில்
தற்செயலாய் இறங்கியதுபோல்
தட்டுத்தடுமாறி யோசனையாய்ப்
பெய்து கொண்டிருந்தது மழை

ததும்பும் மழையின்
வேகத்தைக் கண்டு
வேகம் கூட்டிச் செல்லும் வாகனங்கள்

குடையெடுக்காமல் வந்ததற்காய்
தன்னைத்தானே நொந்து
நனைந்த புடவை கசங்காதபடி
வேகமாய் விரையும் பெண்கள்

மழை நீரில் கப்பலே விட்டறியாத
குடியிருப்புச் சிறுமி
வழிந்தோடும் நீரில் பார்வையால்
செலுத்திக் கொண்டிருக்கிறாள் கப்பலை

நுரைத்துக் குமிழ்ந்திருக்கும்
ஒருபாவமும் அறியாத
சாலைக்குழி நீரை
எட்டி உதைத்தோடும்
மழை நனைந்த பையன்

எல்லோரையும் கடந்தபடி
மழையில் நனைவதென்றால்
ரொம்பப்பிடிக்குமெனச்
சொல்லிச்சொல்லி
அன்பால் நனைந்து காதலித்த
யமுனாவோ

வெயிலுக்கென எடுத்து வந்த
வண்ணக்குடைக்குள்
தலை தோள் நனையாமல்
சென்று கொண்டிருக்கிறாள்
பத்திரமாகத் தன் வீட்டுக்கு.

உன் கோபமும் என் கோபமும்

கோபமான அதிர்வலை வழியும்
உன் குரல் அலைவரிசைக்குப்பின்
ஆழ்கணத்தில் பற்றிக் கொள்ளும்
பலவீனமான தருணத்தை எதிர்நோக்கி
எனக்கான தூண்டிலை வீசுகிறது அது

உடைபடப்போவதறியாமல்
உயரப்பறந்துகொண்டிருக்கும்
நீர்க்குமிழியை ரசித்துக்கொண்டிருக்கும்
என்னிடம் கொஞ்சுகிறது

சுவைமிக்க பழங்களைத் தின்னச்கொடுப்பது போல
உலர்ந்த வார்த்தைகளைத்
திரும்பக் கொடுக்கச் சொல்கிறது

நெடுநாள் சேகரித்த பிரியங்களை மறந்து
கொடுஞ்சொற்களின்பால் வேட்கையூட்டி
வலிதரச் செய்யத் தூண்டுகிறது

எல்லாம் முடிந்ததும்
குற்றவுணர்ச்சியும் இயலாமையுமாய்
அழத்தயாராகின்ற ஒரு நிலையில்
என்னைப் பார்த்து எக்காளமிடுகிறது

துயரத்தின் அபத்தக்கணத்தில்
ஒரு சுயவிபத்தையும்
விடுதலையாவதையும்
தப்புவித்தலையும்
யோசிக்குமொரு வேளையில் குளிர்மௌனப் போர்வையாய்
வரும் உன் பேச்சில் எல்லாம் மறந்து
மறுபடி துளிர்க்கும் உன் மீதான விருப்பச்செடி.

பிரியங்களின் வன்முறை

சமாதானத்தின் மடியில் படுத்து
ஆறுதல் கொள்கின்றன வருத்தங்கள்

பன்னிறமற்ற கரு நிற வண்ணத்துப்பூச்சிகள்
பூக்களற்ற தோட்டங்களில்
ஏக்கத்துடன் வெறுமனே சுற்றித்திரிகின்றன
வராத வண்ணத்துப்பூச்சிகளுக்காய் யேங்கி

மல்லாந்து சூரியனை வெறித்துப்
பொழுதுகளை கழிக்கிறது
சூரிய காந்திப் பூக்கள்

கனவின் ஜன்னல்களைத்
துளையிட்டுத் திறக்க முயல்கிறது நிகழ்வாழ்வு

இதற்கிடையே
எல்லாவற்றையும் ஏன் எளிமையாகச் சொல்வதில்லை
யென்று கோபித்துக் கொள்கிறாள் யமுனா

வன் எழுத்துக்களில் புலனாகும்
குரூரம் யெப்போதும் யாரையும்
அண்டச் செய்வதில்லை என்கிறாள்

பிரியங்களின் கொடுமனம் நிகழ்த்தும்
வன்முறை பற்றி
ஒருபோதும் நான் அவளிடம்
கேட்டதேயில்லை

இனி யெப்படி வேண்டுமானாலும்
கவிதையெழுதலாம்

எழுத்துக்களை மணல் மூட்டையாக்கி
பதுங்கியபடி.

புரிதலின் காலம்

ஒருவழிப்பாதையிலும்
வருகின்றன வாகனங்கள்
தவிர்க்க இயலாமல்

அம்மாவைப்போலவே
மனைவியும் இருக்கிறாள்
என்னை முழுச்சோம்பேறியாக்கியபடி

மறுப்பின் கடைசி வார்த்தையில்
விழியோரம் நீர் கட்டிக் கொள்கிறது
காயத்ரிக்கு

மழை தருகிறது
பல காட்சிகளையும்
பல பழைய நினைவுகளையும்

திரள் மார்பேந்திய
பெண்ணின் இறுமாப்பான
பார்வையில் பட்டுத்
தெறிக்கிறது ஏளனத்தாபம்

ஒரு பெண்ணை எப்படிப்
புரிந்து கொள்வது
தோற்றுக் கொண்டேயிருக்கிறார்கள்
பேசியும்
எழுதியும்.

கொடுக்கல் வாங்கல்

அலட்சியமாகவே இருக்கிறது எனதன்பு
தரும்போதும் பெறும் போதும்

உனக்கு கொடுக்கத் தெரியும்
எனக்கு கொடுக்கத் தெரியும்
எடுத்துக் கொள்வதில்தான் எழுகிறது பேதம்

நிராயுதபாணியாய் அன்பெதிர் கொள்ளும்
படைகளற்ற மன்னனின்
துணிவு போல கூடிக் கொண்டேயிருக்கிறது
உனக்கு
எனக்கு

அன்பையும் பிரியத்தையும் இட்டுநிரப்பி
வாழ்வின் வெற்றிடங்களைப்
பூர்த்தி செய்து கொள்கிறது
நான் மற்றும் நீ

நொடிகளைத் துரத்தும் நிமிடங்களாய்
துரத்திக் கொண்டேயிருக்கிறது
அன்பு காலம் காலமாய்

தீச்சுவாலையின் சுடர் அழகு அன்பு
உணர்ந்து அனுபவிக்காதவரை

அன்பின் பிரதேசத்தால் வாய்த்திருக்கிறது
வாழ்வின் ஆசிர்வாதம்

உனக்கும் எனக்கும்
அவருக்கும் இவருக்கும்
யாவருக்கும்.

ஆதி விளையாட்டு

என்ன வேண்டும்
கூர் பென்சிலால் ஆப்பிளைச்
சிதைத்தது போன்ற வடிவிலிருந்த
அலட்சியப்பூனை கேட்டது

சொல்லாத பதில்களால் நிரம்பியது
எல்லையற்ற மௌனப் பெருவெளி

மனதுக்கும் உடலுக்கும் என்ன உறவு
மனம் வசீகரமானது
உடல் உலர்ந்து போகக்கூடியது

பூனைகளைப் பற்றி நீங்கள் பேசாதீர்கள்
யமுனாவிற்கு மட்டுமே
பூனைகளின் உரையாடல் வசப்படும்

பெண்களைப் பார்த்தே கழிகிறது
இளம்பிராயம்
நடுத்தர வயதுக்காரனுக்கு சலித்துவிடுகிறது
புணர்ச்சி
வெறித்துப் பார்த்துப் பொழுதோட்டுகிறார்கள்
வயதானவர்கள்

காமக்கிணற்றின் கடைப்படியில்
முளைத்திருந்த சிறு புளியங் கன்றுகளில்
தொங்கியபடி ஊஞ்சலாடுகின்றனர்
பேய் பிடித்த காதலிகள்

ஆழ்ந்த பெருமூச்சிற்குப் பிறகு
என்னைப் பார்த்துப்
பெய்யத் துவங்குகிறது மழை.

எங்கிருந்தோ வந்தவொரு வண்ணத்துப்பூச்சி

குடற்குவியல் போலச் சிக்கலான
என் வாழ்க்கையில்
யார் யாரிடமோவெல்லாம் வழிகேட்டு
நகரத்தில் மலர்தேடித் திரியும்
ஒரு வண்ணத்துப்பூச்சியின் படபடப்புடன்
என்னை வந்தடைந்தது உன் நேசம்

நதியென்கிறேன் கடலென்கிறாய்
நானென்கிறேன் நட்பென்கிறாய்
பிரியமென்கிறேன் காதலென்கிறாய்

சுயமிழக்காமல் விழித்திருக்கும்
கணங்களாலான யென் வாழ்வு
உன் வருகையால்
பூந்தோட்டத்திற்குள் மகிழ்உலவிக் கொண்டிருக்கிறது

மீட்டல்களால் ஆசிர்வதிக்கப்பட
காத்திருக்குமொரு இசைக்கருவியின்
நேர்த்தியைக் கையிலேந்தி உலர்த்தப்படுகிறது
என் ஈரமும் உன் வெப்பமும்

வெளியேற வழியற்ற அறைக்குள் பறந்தலையும்
நம் முத்தங்கள்
ஒன்றோடொன்று மோதித் தணிகின்றன
வெகுகவனத்தோடு நேர்த்திக்காய்
 நிராகரிக்கப்பட்ட
இக்கவிதையின் வரிகளைப்போல.

உயிர்ப்பறவை

தன்னிரக்கத்தின் உச்சத்தில்
பீறிட்டெழுந்த வெறுமை
வியர்வைத் துளிகளாக உடலில் பூக்க

உயிர் வெம்மை தாளாமல்
அறைச்சாளரத்தின் தாழ் அவிழ்ந்து
வெளி நிறைத்த
இருளில் குதித்த விழிகள்
கருமையை அப்பிக் கொண்டது

உச்சியில் பறக்க
யத்தனிக்கிறது என் உயிர்

சூடு தணிகிற இரத்தம்
நிரம்பிய உடலுடன்
பார்த்துக் கொண்டிருக்கிறது நான்

கையருகே இறைந்து கிடக்கின்றன
என் முகங்கள்

குழந்தை முகம்
மகன் முகம்
சகோதர முகம்

நட்பு முகம்
கவி முகம்
சிந்தனை முகம்
பிழைப்பு முகம்

காதல் முகம்
கணவன் முகம்
தகப்பன் முகம்
போலி முகம்

வனாந்தரத் தனிமையின் நிசப்தத்தோடு
ஒன்றையொன்று பார்த்தபடி
அர்த்தங்களைக் காறி உமிழ்கின்றன
என் மீது

உணர்வுகளில் அமிழ்ந்து
கரைகிறது நான்

திரும்ப வரும் உத்தேசமற்றதாய்
உச்சியிலேயே இன்னமும்
பறந்து கொண்டிருக்கிறது
உயிர்.

கரையொதுங்கிய பொழுது

அன்றைய தினம்
ஆதாம் ஆப்பிளைப்
புசிக்காமல் வெறுத்தொதுக்கினான்

இரவொளியில் குளிக்கிற நிலவு
வேறோர் தேசத்திற்குப் பயணமாகியிருந்தது

இருள் சமைத்த கருமை
நிசப்தத் தனிமையை
சுகித்துக் கொண்டாடியது

காலணியேதும் அணியாமல்
வெற்றுக்கால்களுடன்
அவள் மனதில் நடக்கத் துணிந்தான் அவன்

அவனது மென்சூட்டுப் பாதங்களையெடுத்து
தன்னிதயத்தில்
இருத்திக்கொண்டாள் அவள்

அனுபவித்தேயறிந்ததில்லை
இதுபோன்றவொரு சுகத்தை
என்றொரு பொய் சொன்னாள்

சந்தோஷம் மொய்த்துக் கொண்டது அவனுள்

வழக்கம்போலவே அன்றிரவு
விடிந்ததும் கரையொதுங்கினான் அவன்.

இயலாமையின் அச்சக்கூடு

பயம் சூல் கொள்கிற
இருட்போர்வையினுள்
நுழைகிற இக்கணம்
முழுதும் நிரப்பப்படாத
என் பயணக்கோப்பையின்
ததும்பக் காத்திருத்தலுக்காக
கள்ளப்பார்வையுடன்
நோக்குகிறது நான்

நீ வந்து
நிரப்பிய மிச்சம்போக
பேசிப்பேசி
என் வெளியே முளைவிட்ட
இறந்தகால விதைகளின்
வேர்க்குஞ்சுகள்
என்னுள் தேடிக்கண்டு
பற்றிப்பரவியபடி வளர்கின்றன

சேர்த்துக் கட்டியதை
அங்குமிங்கும் பார்வை அலைபாய
ஆவலான எச்சரிக்கையோடு
கலைத்துப்போடும்
குரங்கின் லாவகத்தோடு
விழுங்கிய இச்சைகளை மறந்து
ஒற்றை விரல் நீட்டி
கம்பீரமாய்ச் சுட்டி
எனையுரசிச் செல்கின்றன
என் இயலாமைகள்.

தற்கொலை

குவிந்த உதடுகளின்
மெல்லிய ஊதலில்
மலர்கிறது செந்தீ

நீ ஒரு மனிதன்
நீ ஒரு மகன்
நீ ஒரு தகப்பன்

நீ ஒரு தொழிலாளி
நீ ஒரு முதலாளி
நீ ஒரு காதலன்

நீ ஒரு கர்வி
நீ ஒரு பொதுமனிதன்
நீ ஒரு சாதாரணன்

நீ ஒரு நல்லவன்
நீ ஒரு கெட்டவன்
நீ ஒரு ஒழுக்கசீலன்

நீ ஒரு அதிகாரி
நீ ஒரு போலி
நீ ஒரு காமாந்தகன்

நீ ஒரு தற்புகழ்ச்சியாளன்
நீ ஒரு புகழ்விரும்பி
நீ ஒரு கோமாளி

நீ ஒரு துரோகி
நீ ஒரு பயந்தாங்கொள்ளி
நீ ஒரு திறமையாளன்

நீ ஒரு குற்றவாளி
நீ ஒரு காவலன்
நீ ஒரு சமுக ஊழியன்

நீ ஒரு படைப்பாளி
நீ ஒரு கவிஞன்
நீ ஒரு கதைசொல்லி

நீ ஒரு கட்டுரையாளன்
நீ ஒரு எழுத்தாளன்
நீ ஒரு புரட்சியாளன்

நீ ஒரு தத்துவவியலாளன்
நீ ஒரு பித்தன்
நீ ஒரு நீ.

கதவுகள்

நிசப்தத்தின் காலடியில் மண்டியிட்டு
சுவற்றில் சாய்ந்தபடி
எதிரெதிர்த் திசைகளில் அசைந்து
உள்ளும் வெளியுமாய்ப்
பார்த்துக் கொண்டிருக்கின்றன கதவுகள்

நேற்றின் மிச்சங்களிலிருந்து
உபரியாக இன்றைய தினம்
வழங்கப்பட்டிருக்கிறது

வெயிலில் கைநனைத்துச்
துளிர்த்துச் சிரிக்கிற பகல் பொழுதுகளில்
நொடிகளைத் தழுவியபடி நுழைகிறது நான்

கிளைகளை ஊனப்படுத்திய
கோடாரிகள் மன்னிக்கப்பட்டன

உடலின் ஞாபகத்தில் குத்தியிருந்த
பச்சையிலைகளின் கடைசி அலறலையும்
முழுவதுமாக மறந்தாகி விட்டது

பிறிதொருநாள்
உராய்வில் இழந்த சருகுகளையும் நினைவிலில்லை

தூசித்துளித் திவாலைகளின் புழுக்கத்தினூடே
நடுத்தண்டில் சில்லிட்டிருந்த
பசுமை தளிர்த்தெழுந்தது
ஒருநாள்.

பாவத்தின் சம்பளம் மரணம்

ஆகச்சிறந்த துயரங்களால்
புனையப்பட்டிருக்கிறான் அவன்

பூனைச்சீற்ற வேகமும்
மண்புழுவினையொத்த
சுயமற்ற நெளிதலும்
புரளச்செய்கிறது அவன் உலகை

அவன் அனாதை
அயோக்கியனும்கூட
கள்ளத்தனத்தை விரும்பிப் பயின்றவன்
காதல் துரோகி
இப்படியாகச் சொல்லிக் கொண்டே போகலாம்

அவனுக்கான சிலுவைகள்
ஏராளமாக இருக்கின்றன.
எதைத் தேர்வது
எதில் அறைந்து கொள்வது
என்ற குழப்பத்தில் இருக்கிறான்

அவன் கைகளை
மரப்பலகையின் மேல் பரத்தி
உள்ளங்கைகளுக்குள் ஆணியை
இறக்கும்போது வழிவது
அவன் பாவங்கள்தான்

அவனைவிட பாவங்களை
நீங்களும் செய்திருக்கிறீர்கள்
நானும்தான்

எனவே
அவனை யாரும்

துன்புறுத்த வேண்டாம்
தண்டிக்கவும் வேண்டாம்

அவனாகவே
அவன் உயிரைப்
பறித்துக் கொள்ளட்டும்
தயைகூர்ந்து பொறுத்துக் கொள்ளுங்கள்

அவன் மீண்டும் உயிர்த்தெழவும் கூடும்
அப்போது வந்து கொண்டாடாதீர்கள்
தேவகுமாரன் அவன் என்று.

முல்லைப்பண்

மொக்கு அரும்பலின் மௌனத்தோடு
ரம்மியமாய் முகிழ்க்கிறது
இந்த இரவு

சொல்லப்படாத எத்தனையோ
எத்தனையோக்களுக்காக
கற்றை அனுபவங்களோடு
உயிர்பற்றிக் காத்திருக்கிறது நான்

அறைச் சதுரத்தின் உச்சி மூலைகளைச்
சித்தம் கலங்காமல் சுற்றிப்பார்த்தபடி
அப்பிய இருட்டை நிறைத்த விழிகளுடன்
நடை பழகிக் கொண்டிருக்கிறேன்

ஊழிக்காற்றாய் அலைக்கழிக்கிறது
ஒவ்வொரு இரவும் பேராசையுடன்

தயவு செய்து
தோல்வியென்று புரிந்து கொள்ளாதீர்கள்

தப்பியோட வழியற்ற அறைக்குள்
வெம்மைக்காற்றாகப்
புகைந்து கொண்டிருக்கும்
நாதாங்கியிட்ட எனது
உதடுகளின் மௌனத்தை.

கடவுள் இறந்துவிட்டார்

வெகுநேரமாக வெயில் புணர்ந்து
உச்சப் பரவசம் அடைந்திருந்த
அறைச்சுவர்கள் வெம்மையைப்
பிரசவித்துக் கொண்டிருந்தன

சுழன்று கொண்டிருந்த
மின் காற்றாடி நின்றுபோன
எதிர்பாராத தருணத்தில்
வந்தது அந்தக்கடிதம்

பிரமை குறித்தான
யோசனையில் ஆழ்ந்திருந்த
எனக்கு நடுக்கத்தைக் கொடுத்தது
அந்தக் கடிதம்

நிச்சயம் அதில்
நல்ல சேதியாகத்தான்
இருக்க வேண்டும்

கைகள் நடுங்க உதடுகள் உலர
கடித உறையின் முனைகளைப்
பதமாகக் கிழிக்கிறேன்

பதட்டத்தில் சற்றே கோணலாகி
உள்ளிருந்து என்னைப்பார்த்து
சிரிக்கிறது கடிதம்

பிரித்துப் படிக்கத் தொடங்குகிறேன்
ஆம்
எதிர்பார்த்தது போலவே
நல்ல சேதிதான்
கடவுள் இறந்து விட்டாராம்

எல்லை மீறிய மகிழ்ச்சியின்
கொண்டாட்டத்தில்
துள்ளியெழுகிறேன் படுக்கையிலிருந்து

மின் காற்றாடி சட்டென்று
சுழலத் தொடங்குகிறது
அறைச்சுவர்கள் குளிர்ந்து விட்டன

கடித உறையைக் கிழித்தபோது
துண்டாகிப் போன
அஞ்சல் வில்லைப் பறவை மட்டும்
துடித்துக் கொண்டிருக்கிறது
குற்றுயிராய்.

காமப்பாலை

சித்திர நேர்த்தியின் கவனத்தோடு
உன் பாத சுண்டு விரலைச்
சுவைத்தபடி தொடங்குகிறேன்

நா வருடலில் மிதக்கும் வெளியில்
பூக்கும் தருணம் காணும்
பாக்கியத்தில் விழிகள் மூட
மேல் நோக்கி மலர்கிறது நீ

கவிழ்த்த வெண் சிப்பியான
உன் மார்பில் உதடுகள் அளவளாவ
நீ கண்ட புராதனத் தழுவல்களில்
தோன்றி ஒளிர்கிறது
மறுதலித்த தொன்மங்கள்

மனவறைகளின் யாசிப்பில்
கூடிக்கூடி கூடிக்கூடி களிக்கிறது நீ

கூடிக்கூடி கூடிக்கூடி களிக்கிறது நான்

பூத்திருக்கும் வியர்வையை
நலம் விசாரித்துக் கொண்டிருக்கிறது மின் காற்றாடி
வேட்கை களைந்த வேளையில்
வெற்றுடம்பாகிய நம்மைப் பார்த்தபடி

குளிரூட்டலின் சுவையோடு
இருள் சுடர்கிற அறையின்
சதுர எல்லையின் மையப்பரப்பில்
நமது படுக்கைக்காகவே
தன்னுயிர் ஈந்த மரக்கட்டிலில் போட்டியிடுகிறது
நீயும் நானும்.

உயிர்க்கலயம்

விழித்திருக்கும் நிசியில்
ஞாபகக் காற்றாடி சுழல
பின்னிழுக்கும் நினைவுகள் துவளுகையில்
ஞாபகப் பற்களில் இடுக்கியிருக்கும்
சந்தோஷத் துணுக்குகளை
சுவைத்து திருப்தியடைகிறேன்

பழுதான மனதோடும்
ஆகப்பெரும் துயரோடும்
கடக்க நேர்கிற கணங்களில்
அதன் முன் கைநீட்டி
ஸ்பரிசித்து களி கூர்கிறேன்

இறக்கைகளற்ற தேவதைகளின்
பெருங்கருணைக் கரங்களால்
ஆசிர்வதிக்கப்பட்டது இவ்வாழ்வு

செம்புப் பச்சையின் குளுமையோடு
நீர் சுமக்கும்
எனது உயிர்க்கலயம்.

மாட்சிமை புரி

மனதின் பிடிக்குள்
இறுக்கிய உன்னை
சற்றே தளர்த்தி இறக்கிவிட்டு
அகவிலகலின் போர்வையகற்றி
குளிர் விட்டுப் போய்
சென்று கொண்டிருக்கிறேன்

புள்ளியில் நீளும் கோடாக
உச்சி நோக்கிய
மரங்களடர்ந்த கானகத்தின்
கிளைப்புதரைத்
துளைக்கிற ஒளிக்கதிர்
வழிப்போக்கனாயிருந்த
வெளிர் மஞ்சள் கோடிட்டுச்
சுட்டியது தன் வெம்மையை

திரண்டு வழிந்த சிற்றோடை நீரில்
என்னைக் கிடத்தி
சூரியன் மேல்
சூல் கொண்ட கோபத்தை
தணித்துக்கொள்கிறேன்

இப்போதைக்கு இதுபோதும்.

அவன் ஒரு பறவைதான்

நீங்கள் நம்பித்தான் ஆக வேண்டும்

கற்பனை செய்துவிட முடியாத
தொன்மக் கிறுக்கன் அவன்

ஏதோவொரு இடத்தில்
சின்னஞ்சிறு கொத்தலில்
பசிகள் பூர்த்தியாகிறது

நீரிலமிழ்ந்த பாறையில்
பாசி கவ்வியிருக்கும் சிறு பூச்சிகளின்
நெருக்கமாய் நட்புகள் உள்ளது

காதலின் அட்சயக் குவளை
தேவதைகளால் நிரம்பி வழிய
ஆசிர்வதிக்கப்பட்டிருக்கிறான்

அவன் தானியங்கள் சேமிப்பதன்
தேவையை மறந்தவன்

கூடு செய்ய சுள்ளிகள் சேகரிப்பது பற்றிய
சிரத்தையற்றவன்

தோளில் சிறகுகளற்றுப் போனாலும்
அவனும் ஒரு பறவைதான்

நீங்கள் இதை
      நம்பித்தான் ஆக வேண்டும்

அவனை விட்டு விடுங்கள்
பறந்து கொண்டிருக்கட்டும்.

பாதி வழியில் போகிறவள்

கூர்ந்த கரும் அம்பாக
நீண்டு மல்லாந்திருந்த சாலையில்
எதிர்க்காற்று முகம் நிறைக்க
வாழ்வு குறித்த யோசனைகளோடு
பயணம் செய்து கொண்டிருக்கிறாள் இவள்

இரு புற மரங்களிலிருந்து
தற்கொலை செய்து
கொண்டிருந்தன பூக்கள்

உடைத்தெறியப்பட்ட
சிறு சுள்ளியொன்றை
இவளருகில் வீசிச்
செல்கிறது காற்று

தூசிகளைப் பொறுக்கியபடி
விரைகிறது கார் சிற்றிரைச்சலோடு

யாருடைய கவனத்தையும்
ஈர்க்காமல் வழிகிறது
பண்பலை வரிசையின் பாட்டொலி

அலைபேசி வழி பேச்சு
காதுகளில் வருடுகிறது

நியதிகளுக்குட்பட்டு
எப்போதும் கேட்கிற கேள்விதான்

'எங்கே போய்க் கொண்டிருக்கிறாய்'

அனிச்சையாய் பதில் சொல்கிறாள் இவள்

'பாதி வழியில் போகிறேன்' என்று.

365 இரவு 365 பகல்

வெளிர் வானத்தைப் போர்த்திய
பகல் வேளைகளில்
காட்சிகள் மாறி மாறி
திரை விழ
உன்னோடு நிகழ்கிறது பொழுதுகள்

நினைவுச் சாளரத்தின்
காற்றுரசலாய்
பரவியபடியிருக்கிறாய் நீ

சுவர் வனத்துள் இட்ட கட்டிலில்
நான் துயின்றபடியிருக்கும் வேளை
ஞாபக உச்சியில்
கனவுச் சல்லடை வழியே
இரவு முழுவதும்
கசிந்து கொண்டிருக்கிறாய் நீ

முழுமையடையா
கனவின் நீட்சியில்
உலர்ந்த எனது விழிகளில்
நீராக ஊறி நிறைகிறாய் நீ

இரவுகள் உதிர உதிர
365 வது இரவின் அருகாமையில்
களிநடைப் போட்டு
பழகிக் கொண்டிருக்கிறது நான்.

சாத்தானின் தாசியன்

ஆம்
இன்றைக்கு எப்படியாவது
கடவுளைக் கொன்றுவிட
திட்டமிட்டிருக்கிறேன்

இனியும் பொறுமையில்லை
முழுமையாக உதிர்ந்து விட்டன
சகிப்புத்தன்மையின் செதில்கள்

வந்துவிட்டார் கடவுள்
எதிர்பார்த்த தருணம் நெருங்கிவிட்டது
பின்புறமிருந்து முகத்தில்
துணியைப் போர்த்தி
வசமான பிடியுடன் இறுக்குகிறேன்

திமிறிக் களைத்து தோற்று
உடல் தளர்ந்து பிரிகிறது
கடவுளின் உயிர்

குரூரத் திருப்தியோடு கோரப்பற்களில்
வழியும் இரத்தத்தை சுவைத்தபடி
தொலைவில் வந்து பார்க்கிறேன்

தகன மேடையில் யாரோ
கிடத்திக் கொண்டிருக்கிறார்கள்
எனது உடலை.

உயிர்ப்பூ

ஏழாவது முறையாக நீங்கள் காதலிக்கத்
தொடங்குகிறீர்கள்

கடந்த முறைகளில் உங்கள் காதலின்
இறுதி ஊர்வலம் சிறப்பாகவே நடந்திருக்கிறது
இது ஒன்றும் புதிதல்ல
சக மனிதர்களுக்கும் நடப்பதுதான்

அங்க அசைவுகளில் லயிப்பதில்லை
மனசின் ஆழம்தான் எப்போதும் உங்களை
உள்ளிழுத்துக் கொண்டேயிருக்கிறது

சிறு நீரைத் தேக்கியிருக்கிற கிணறுகளில்
அதற்காகவே விழுந்து தடுமாறி எழுகிறீர்கள்

நொடிக்கொருமுறை காட்சியொடிக்கும்
இமை மூடித் திறந்து விழிக்குஞ்சுகளில்
பிரியம் தளும்பப் பேசுகிறீர்கள்

பிரபஞ்ச கண்டமாய் குரலில் ஆவல் மிதக்க
ஆகாச கங்கையாய்ப் பொழிகிறீர்கள்

மௌனத்தைப்பூசியபடி
பேச வார்த்தைகளற்றுப் போகிறது
உங்களுக்கு ஒரு நேரத்தில்

பாசாங்கின் நுனியைக்
கையிலெடுத்துக் கொள்கிறீர்கள்
வெற்று வார்த்தைகள்
வறண்ட பிரியங்கள்
வேலைகளால் நிறைகிறது
உங்கள் வாழ்க்கை

தேங்கிய நீரில்
தன்னைப் பருக முயற்சித்து
இயலாமல் சலித்துக் கொண்டிருக்கும்
சிறு குருவியாய்த் திரிகிற உங்களை
அதீத யோசனையுடன்
உற்றுப் பார்த்துக் கொண்டிருக்கிறது காதல்.

அறியத்தருகிறேன் என் குளுமையை

விழித்திருக்கும் பின் நிசியில்
சிறுகாற்றசைத்து விலகிய
சன்னல் வழியே இருளிடுக்கில்
நுழைந்து உன் சுகந்தத்தைப்
பரப்புகிறது மெல்லிய நிலவொளி

பனிக்காற்றை ஆழ மூச்சிழுத்து
உள்ளிருக்கும் உனக்கு
அறியத்தருகிறேன் என் குளுமையை

கருந்திராட்சை விழிகள் விரிய
உருக்கொள்ளும் வார்த்தைகள்
காற்றில் குழைந்து உன்னை வந்தடையும்

மஞ்சள் கருவென
விடியலில் கிளர்ந்தெழும்
சூரிய ஒளிப்பேழையில்
உன் நினைவுகளோடு மிதக்கத்
தழுவுகிறது தூக்கமென்னை.

வாதையின் கணங்கள்

நீர்களற்ற கிணற்றின்
உள்சுவற்றில் படர்ந்து கிளைத்திருக்கும்
சிறுமரத்தில் தனித்துக்கூடு கட்டி
ஆனந்தமாய் அங்குமிங்குமாய்
குறுகுறுவென சுற்றித்திரிகிறது
குருவி

திசை தொலைத்ததுபோல்
சுற்றித்திரிகிறது வண்ணத்துப்பூச்சி
பூத்துதிராமல் தேன் சுமக்கின்ற மலர்
அடையாளம் தனித்துக்கண்டு
மென்மையாய் அமர்ந்து
முன்காம்பு நீளச் செய்து
உறிஞ்சுகிறது மலருக்கு வலிக்காமல்

வாதையின் கணங்களில்
எழும் வார்த்தைகள்
விழிகளில் திரண்டு
உருக்கொண்டு வழிகிறது
எழுத்துத் திரவமாய்.

பிரியத்தின் சகாயத்தில் கிடைத்த சொற்ப சந்தோஷங்கள்

வீழ்ந்துடைந்து சிதறிய
கண்ணாடித்துகள்களாய்
பேதலித்த மனதுடன்
பூவா தலையா
சுண்டிப்பார்க்கிறது மனது
யார் சரியென்று

இருத்தலின் விதிகளைச்
சீர்குலைக்கும் வாழ் விளையாட்டு
மூளையைத் தழுவி
உறைகின்றன இரவுகளில்

பிரியத்தின் சகாயத்தில் கிடைத்த
சொற்ப சந்தோஷங்களை
நூலில் கோர்த்து
தனிமை வெளியில்
சுகம் புணர்ந்து
ஞாபகங்களைத் தின்று
செரிக்கிறது நான்.

சூன்யச் சுவை

காதலின் ஊற்றொழுக்கில்
களித்துப் புரண்ட மனதை
வேட்டையாடிக் கொண்டிருக்கிறது
இளங்காற்றில் விலகிய
கொடுஞ்சினம்

சூன்யத்தின் சுவையறிந்த
மனச்சுவடுகள்
குழந்தைகளுக்கு சிரித்தும்
துணைவிக்குக் கொடுத்தும்
வர்ணம் பூசிக்கொள்கின்றது

உயிரோட்டத்தின் பிராயத்தில்
கடந்து நழுவும்
கால வெளியில்
வியர்வையாய் வழிகிறது
வாழ்க்கை.

ஒரு கவிதையை வாசிக்கும் பொழுதில்

எல்லைகளற்ற தடத்தில்
பயணித்துக் கொண்டிருக்கிறீர்கள் நீங்கள்

துயர வெளியில் பறந்ததில் சோர்ந்து
ஆறுதல் பாறையில் அடைக்கலமான பொழுதில்
எழுதப்பட்ட என் கவிதை
உங்களை வந்தடைகிறது

வாசித்துணர்தலின் அபூர்வத்திலும்
இலக்குற்ற ரசனையிலும்
நீங்கள் தேர்ந்தவர்தான்

கவிதை சொல்லி நான்

மூளைக்குள் கொப்பளித்து முடிச்சிட்ட
என் கவிதையின் வார்த்தைகள்
உங்களுடன் நெருக்கமாவதில்
தடைகள் இருக்கவும் கூடும்

கவிதையின் வார்த்தையிளக்கி
வசீகரம் கொள்ள
நீங்கள் முயற்சிக்கிறீர்கள்தான்

இந்த சமயத்தில்தான்
'ஆஸ்திரேலியா எங்கே இருக்கிறது'
என கேட்கிறது உங்கள் குழந்தை

'தோசை மெதுப்படுத்தி உண்ண
துவையலா சாம்பாரா' என்கிறார் துணைவி

இதற்கிடையில் நண்பரொருவர்
அலைபேசியில் அழைக்கிறார்

சற்றே தேங்கி மீண்டும்
என் கவிதைக்குள் நுழைகிறீர்கள்
பசியும் கூடவே உங்களுக்குள் நுழைகிறது

சிறு சலிப்புடன்
அரைத்திருப்தியடைகிறீர்கள் கவிதையில்
கவிதை சொல்லி நான்

அடுத்த கவிதையை
எழுதிக் கொண்டிருக்கிறேன்.

தூரத்தும் பெருந்துறவு

மென் கூட்டிலிருந்த
மார்புக் காம்புகளில்
நா துழாவும் கணத்திற்கு
சற்று முன்
இடையீடு செய்கிறது காற்று

உலகத்தின் விளிம்பில் மிதந்து
தடுமாறும் நினைவுகளுடன்
மூளையைக் கூர் தீட்டிக்
கவனமாய்ச் சுவைக்கிறேன்

குட்டியை நக்கி பாசமூட்டும்
பிராணியின் நேசத்தோடு
துழாவித் துழாவி
குழைந்து இழைந்து
சிலிர்ப்புகளின் நுண்ணுணர்வில்
சுருள்கிறது நான்

தோலில் துளையிட்டு
வியர்வையாகப் பீறிடுகிறது
கொதி இரத்தம்

மோகப் பெருவெளியில்
உருகி வழிகிறது உலகம்.

ஒற்றை நினைவிலை

இலையுதிர்கால மரத்தில்
காற்றிசைவுக்குக் காத்து
பூமிக்கு நழுவ எஞ்சியிருக்கும்
ஒற்றையிலை
தன் உள்ளங்கைக்குள் பதுக்கி
அருந்தியபடியிருக்கும்
மரத்தின் நேசத்தை

விதைக்குள்ளிருந்து கிளர்ந்தெழுந்து
வெயில் மழை நனைந்தும்
பச்சையம் புணர்ந்து
இரவு பகல் உறிஞ்சி
நட்சத்திர மினுக்கலில் ஒளிர்ந்து
கூடு திரும்பும் பறவையின்
அலகு விளிம்புகளில் கிழிபட்டு

உச்சியிலிருந்து பூமி பற்றித்தொங்கும்
அருவியாய் நீள்கிறது
நினைவிலை.

ஓவிய நீட்சி

சாயங்களிழந்த இந்த ஓவியத்தை
அழித்தொரு புத்தோவியம்
புனைய முனைகையில்
தன்னிச்சையாய் கைத்தூரிகை
வெண் வண்ணத்தில் தோய்ந்தெழுகிறது

வெண் சாயப் பிசுபிசுப்பில்
குழைந்த தூரிகை
ஊர்ந்தெழுந்த திரையில்
கரைகிறது வனப்பு

கேசம் குறுவிழிகள்
சுழிமூக்கு
முறுவலிக்கும் உதடு
சிறுகுழி முகவாய்
தாகமேற்ற கழுத்து

வெண் சாயம் பூசியபடி
நினைவுகளிலிருந்து அழிகிறது ஓவியம்

தூரிகை களைத்த பின்னிரவில்
திரையோரங்களில் கட்டமிடப்பட்டு
வெண்திரையில் விரிகிறது
எண்ணற்ற ஓவியங்கள்.

மிதக்கும் வதந்திகள்

நிழல் மிதிபடாத
மாலை வேளையில்
கண்களின் குளுமை
இதயத்தை நிரப்ப
இணைந்திணைந்து
செல்கின்றனர் நண்பர்கள்

முகம் உமிழ்ந்த
புன்னகையின் மிச்சமாய்
தொடர்கிறது உரையாடல்

களைப்பின்றி
அந்தரங்கப்பூக்கள் மலர
உன்னைப்பற்றி
என்னைப்பற்றி
இவரைப்பற்றி
அவரைப்பற்றி
யாவரையும் பற்றி
ஊற்றாய்ப் பரவுகிறது பேச்சு

கைப்பிடியளவு அள்ளிக்கொண்டு
ஒரு புள்ளியில் விலகிச் செல்கின்றனர்
வீதியெங்கும்
அணுவணுவாய் இறைத்தபடி.

பிரிந்துபோன தோழிக்கு

வெயிலுக்கு ஒதுங்கி நின்ற
பேருந்துக் குடையொன்றின் நிழலில்தான்
உன்னைக் கண்டேன்

கிளைகளற்ற மரத்தினைப்போல்
இரு தூண்களைக் கொண்டிருந்த
அந்தக் குடையின் கூரை
ஆங்காங்கே உடைந்து
வெயில் இலேசாக
வழிந்தபடியிருந்தது உன் மீது

நிற்க வைத்து விட்டுப்போன
நண்பனுக்காய் நானும்,
வெகுநேரமாக வராத
பேருந்திற்காக நீயும் காத்திருந்தோம்

நீண்ட நாட்களுக்குப் பிறகு
எனக்கொரு பெண்ணின் அருகாமையை
அறிமுகப்படுத்தி வைத்தாய் நீ

எனக்கென் பிரிந்து போன
தோழியின் நினைவு

அறியாத தாய்மையை
சிலகாலம் உணர்த்திப் பிரிந்த அவளும்
நின்றிருக்கக்கூடும் எங்கேனும்

இன்னமும் வரவில்லை நண்பன்
நின்று கொண்டிருக்கிறேன்
உனக்கான பேருந்தொன்றில்
நீ செல்வதைப் பார்த்து.

சிக்கல்

நூலிடையே சிக்குண்டு
கிடக்கிறான் சிறுவன்
சிக்கலவிழ்க்க
முடிந்தும் முடியாமலும்

அருகே
கவனிப்பாரற்றுக் கிடக்கின்றது காற்றாடி
நூலுடன் தொடர்பறுந்து போய்

அகாலமாய் செத்து அழுகின
நாயின் வாசத்தை
நினைவூட்டுகின்றது காற்று
ஒரு வாரத்திற்குப் பின்னும்

கடக்கப்படாத மைதானத்தின் தூரத்தை
ஓரம் நின்று பார்க்கின்றான்
ஓட்டம் பயில வந்தவன்

எந்த அவசரமுமில்லாமல்
சிக்கலிலிருந்து மெதுவாக
வெளியேறிக் கொண்டிருக்கிறான் சிறுவன்

அருகே கிடக்கின்றது
படிக்கப் போவதாக வீட்டில் சொல்லி
எடுத்து வந்த புத்தகங்களும் நோட்டும்.

அடை

அருகில் திரும்பிப் படுத்தணைத்து
உன் இறால் குஞ்சு விரல்களைக்
கைகளுக்குள் அணிந்து
பதுங்கிப் பதுங்கி
அழைத்துச் செல்கிறேன்

உழவு கண்டறியாமல்
வெடித்து இறுகி கனத்த
நிலம் முன் நீள
காதை வருடும்
காற்று பேரோசையுடன்

வெறித்துப் பார்க்கும்
சூரியனை அலட்சியப்படுத்தி
தூரத்தில் கலங்கும்
கானல் நீர்நோக்கி
தூசிகளால் கண் சிதையாது
சென்று கொண்டேயிருக்கிறேன்
பல கணங்களாய்

புட்டம் உயர்த்தி கால்கள் மடிந்து
குப்புறப்படுத்து
நீ
தூங்கும் திசையெல்லாம்
பரவியபடி கசிகிறதென் அன்புவெளி
தனிமை உமிழ்ந்த
யோசனையின் எச்சமாய்

இன்னும் வெகுதூரம்
செல்ல வேண்டியிருக்கிறது
உன்னைப் பாதுகாக்க.

நகரின் வெளியே

நாதாங்கியின் மேல்
பட்டும் படாமலுமிருக்கிறது பூட்டு

வந்தது யாரென
எட்டிப் பார்க்கின்றன
பக்கத்து வீட்டின் மரத்துக் குயில்கள்

பெருமூச்சு விட்டு
அழைக்கிறது காற்று

மர நிழலுக்கு
வந்த காரியம் மறந்து
அங்கேயே அமர்ந்தேன்

கடிகாரத் துடிப்பும் குருவி மற்றும்
காற்றின் சப்தம் மட்டுமே

எந்த வீட்டிலும் எவருமில்லாதது
போலத் தோன்றியது
தொலைவுகளுக்கிடையில்தான் வீடுகள்

எங்கே போயிருக்கக்கூடும்
யோசனை இப்பொழுதுதான்

சுற்றியலைவதில் அர்த்தமில்லையென
குறைந்த பட்சம்
சும்மாவாவது இருக்கலாமென்றிருந்தேன்
மூடப்பட அவசியமற்று
முந்திக் கொண்டிருக்கும் கதவுகள் முன்னால்.

தொடங்கியிருக்கிறோம்

கிணற்றங்கரையில் படிந்த பாசியின்
நுண்தளிராகப் பற்றிப்படர்ந்தாய்

கால்களில் வேர் முளைத்ததுபோல்
கணினியை விட்டகலாமல் காத்திருந்தேன்

என் விரல் காம்புகளின் வழியே
தன்னிச்சையான அன்பாகவே
நீ சுரந்து கொண்டிருந்தாய்

எனதேயென்ற எண்ணமாய்
உன்னை அணிந்து
அலைகிறது நான்

செயலற்றுப் போன
கணினித்திரையுள்ளும்
ஒளிர்கிறது உன்னெழுத்துக்கள்

காத்திருந்த வேதனையில்
உருவமிழந்து நெளிந்து கொண்டிருந்தன
உனக்கென சேமித்த வார்த்தைகள்

தட்டச்சிட வேண்டி
விரல் நுனியினில் நழுவும்
வார்த்தைகளை இறுக்கி
தொண்டைக்குழிக்குள் பத்திரப்படுத்துகிறேன்

நேரில் கூறிவிடலாமென
என்னைக்கண்டு எள்ளி நகைத்து
முகிழ்க்கின்றது காலம்
பூர்த்தியாகும் கணங்களில்
உன்னை எதிர்நோக்கி
முன்னகர்வதாகவே உணர்கிறேன்

எனக்குள் பூத்த ஆண்டாளைப்
பறித்தெடுத்து சூடிக்கொள்கிறேன்
எதற்கெனத் தெரியாமல்.

ஒரு பொழுது

மரமிழைப்பில் சுருண்டோடி
விழும் சருகுச்சுருளைப்
பசுந்தழையோவென
முகர்ந்து விலகுகிறது
கட்டி வைக்கப்பட்ட ஆடு

ஓடாது தேங்கிய சாக்கடையில்
தெளிந்திருந்த மேல்நீரைப்
பருகி தாகம் தீர்க்கிறது
காக்கைக்குஞ்சு

வாயடைக்க இழுத்துத்தின்ற
சுவரொட்டியின் நீள்துண்டு
தொண்டைக்குள் கமற
வினோத ஒலியெழுப்பி
வேதனை பகிர்கிறது மாடு

வெளிவாசல் வெயில்
தழைந்து உள்நுழைய
காட்சிகளில் சலிப்புற்று
குப்புறப்படுக்கிறது நான்.

ஞாயிற்றுக்கிழமை மதியப்பூனை

வாதையே உணராமல்
தன்னுடலில் விசையூட்டி
மெத்தென்று
மதில் சுவருக்கும் தரைக்குமிடையே
பறந்ததுபோல் வந்தமரும்
வித்தை வாய்த்திருக்கிறது உனக்கு

சுவர் தாவி தரை சேர்
முன்னொடிகளில்
உன் வேட்கையின் மூடுசீலை
சற்றே விலக்கப்படுகிறது

எனை வியப்பிக்கச் செய்த
அக்கணங்களில்
இயல்பிலிருந்து சற்றே மாறி
மூர்க்கமாய் விழியுருட்டி
முறைக்கின்றாய் பயமுறுத்தும்
பாவனைப் பார்வையில்

துணிவேபோல் சற்றே நின்று
உற்று நோக்கி
ஓடியொளிகிறாய்
வீட்டின் பின்புறமாய்
என் மறு அசைவில்

என்ன செய்யப் போகிறீர்கள்

நிரம்பிய கோப்பையானாலும்
வழியவில்லையேவென
வருத்தம் தொக்கி நிற்கிறது

கலயங்களில் குவித்தும்
சேர்க்காத செல்வம் குறித்த
பிரியம் விரிந்தழைக்கிறது

சலிக்காமல் தழுவியும்
மறுபடி மறுபடி மனமேங்குகிறது
மழலைக் கொஞ்சலுக்காய்

புணர்ச்சி முடிதலின்
கடைசிக்கணங்களில்
மறக்காமல் துளிர்க்கிறது பெருங்காமம்

வற்றாத சுனையொன்றின்
நீர் சொறி காம்புகளைக்
கௌவியபடி அடிமனதில் எப்போதும்
மிதந்து கொண்டேயிருக்கிறது தாகம்

காலம்தோறும் அப்படித்தான்
இருக்கிறதென்பதை யாரேனும்
உரக்கச் சொல்லிவிடுங்களேன்.

உயிர்ப்பிரதி

வெகுநாட்களுக்குப் பிறகு
மரங்கொத்திப் பறவையைக்
காண நேரிட்டது

காயத்ரியின் புத்தகத்திலிருந்த
அம்மரங்கொத்தி
மொட்டை மரத்தொன்றில்
ஏற்கனவே வரையப்பட்டிருந்த
பொந்திற்குள் தன் அலகை நுழைத்தபடி
பெருங்குரூரம் ஏதுமற்று
தனக்கான உணவுப் புழுக்களைத்
அத்துவாரத்தில் தேடிக்கொண்டிருந்தது

புழுக்களோ மரங்கொத்தியின்
உணவுத்தேவை குறித்த
கவலையேதுமற்று
அதே அறிவியல் புத்தகத்தின்
உயிரியல் பிரிவில்
மல்லாந்து கிடந்து
பாவனை செய்து கொண்டிருந்தது
காயத்ரி வரைவதற்கு ஏதுவாய்.

பூனைப் பருவம்

யௌவனத்தின்
விசேஷ தினங்களை நினைவுபடுத்திப்
புன்னகைத்துக் கொண்டிருக்கும்
பெண்ணையொத்த பூனையொன்றைக்
கிணற்றடியில் கண்டேன்

வாழ்வின் ருசியனைத்தையும்
நாவிலேதான் தேக்கி
வைத்திருந்ததுபோல்
சிவந்த தன் கூர் நாவினை
வாயின் இருபுறங்களிலும்
ரசித்துச் சுழித்தது அப்பூனை

வற்றிய வயிறோடு
வரிவரியாய் எலும்புகள் புடைக்க
இழந்த கம்பீரத்தை
தோற்றத்தில் தரமுயன்று
தோற்றுக் கொண்டிருந்தது அப்பூனை
உலர்ந்த அதன் விழிகளில்
மெல்லக் கசிந்த ஒளி
மென்மையிழந்து இறுகிய
முரட்டு மீசைகளின் வழியே
கற்றைகளாய்ப் பரவிக் கொண்டிருந்தது

ஒரு கணத்தின் நீட்சியில்
அகலத்திறந்த வாயினுள்
கூரிய பற்களினூடே
தெரிந்த உடுகளில்
காலம்காலமாய்ப் பதுங்கியிருக்கும்
குரூரம் சிறு குமிழியாய்ப்
பட்டுத் தெறித்தது என் மீது.

விடைபெற்றுக் கொள்கிறேன்

மரணத்தைப் பற்றிய இதுவரை
எழுதியதையெல்லாம் தயை கூர்ந்து
திருப்பிக் கொடுத்து விடுங்கள்
இல்லையெனில் மறந்து விடுங்கள்

மரணத்தைப் பற்றி அனுபவித்தறியாது
அதை உங்களுக்கு விவரிப்பது
எவ்வளவு போலியானது

வெட்டுப்படப் போவதறியாது
மழையில் நனைந்தபடி
தழையை ரசித்துச் சுவைக்கும்
ஆட்டின் உடலுதறலைச்
சொல்வது போலல்லவா அது

வாழ்வைச் சலித்த
கடைசிக் கணங்களில்
ஒரு அழுகையில்
மன இறுக்கத்தில்
உணர்த்திவிட இயலாத
மரணம் குறித்து சொல்வதிலிருந்து
நான் விடைபெற்றுக் கொள்கிறேன்

மரம் இறுகிக் கல்லாகக்
கிடக்கின்ற வழிப்பாதையில்
வந்து கொண்டிருக்கும்
நீங்களே சொல்லுங்கள்.

கொண்டாடிச் செல்கிறேன்

சுயமரணத்திற்கு ஆயத்தமாகும்
இந்த முன் கணங்களில்
என் ஆதி உயிரேயான தாயின்
வேர்வழி வந்த உறவைப் பிடுங்கிய
நினைவுச்செடியின் தழும்பாகி விட்ட
தொப்புள் குழியில் என் நா நீட்டிச்
சுழலச் செய்து தணிகிறேன்

குணத்தின் எச்சங்களாய்
என்னோடு தொற்றிக் கொண்டிருக்கும்
தந்தையின் இடைவெளிகளை
ஆரத்தழுவிக் கொள்கிறேன்

பால்யத்தின் பிரியங்களால்
என்னைக் குளிரப் பிணைந்த
தோழியின் ஞாபகத்தின் விரல்களை
ஆசைதீர சூப்புகிறேன்

நிதானத்தின் சுவையைப்
பறிகொடுத்துப் புணர்ந்த
என் காமத்தின் பல்லிடுக்குகளில்
புன்னகைக்கும் எனதருமைக் காதலியே
உன்னையும் நினைவு கூர்கிறேன்

மறுஉயிராய்ப் புதைந்து
புணர்ந்த தருணங்களை எனக்களித்த
மறுதாயே மனைவியே
உன்னை வணங்கி நினைவிலேந்துகிறேன்

பாசத்தின் கொழுந்துகளைத்
உள் துளிர்க்கச் செய்த என் பிள்ளைகளே
என்ன செய்வது
வலிந்துதான் பறிக்க வேண்டியிருக்கிறது
உங்கள் நினைவுகளை

ஒரு கையில் பூச்செண்டு
மறுகையில் கற்களென
வாழ்வின் சகல ருசியையும்
வருடிச் சுவைக்கச் செய்த
நான் பழகிய மக்களே உங்களையும்
நினைவில் நிரப்பிக் கொள்கிறேன்

கருவாயினுள் மறுபடி புகுந்து
உயிர்த்துளிப் பிரவாகத்தில்
கலந்து கொள்கிறேன்
வாழ்வைக் கொண்டாடிய நிறைவோடு.

சேருமிடம் அகழ்ந்து

பேருந்தில் செல்கையில்
பாவனையற்று பசிக்கு
இரந்து அழும் சிறுமியைக்
காண நேரிடுவதைப் போல்
இயலாமையும் குற்றவுணர்ச்சியுமாக
வருத்துகிறது உன் செய்கைகள்

எப்போதும் என்னைச் சுமந்து
முடிவற்ற நீள் சாலையில்
திரியும் நான்
அப்படித்தானே நீயும்
உன்னைச் சுமந்து பயணிக்கிறாய்
யென்பதையேன் உணரவில்லை

எனது மனிதர்கள்
எனது வீடு
எனது தாவரங்கள்
எனது விலங்குகள்

உனது விலங்குகள்
உனது தாவரங்கள்
உனது வீடு
உனது மனிதர்கள்

எல்லாமே இருக்கப்போவதில்லை
எதுவுமே வாய்க்காத காலம்
என்றுமொன்றிருக்கிறது.

இரைச்சல்

வாசலில் தெளிக்கப்பட்டிருக்கின்றன
என் மீதான குற்றச்சாட்டுகள்
சொல்லி முடித்துவிட்ட
பதிலைப்போல் நிம்மதியாய்
நிசப்தத்தில் மூழ்கி
காற்றைச் சிறுகுமிழாக்கி
வெளியேற்றியபடியிருக்கின்றன

கேள்விகள்
பதில்களால் நிரம்பியிருக்கிறதென் அறை

குற்றச்சாட்டுகளைக் கொண்டுவரும்
ஒவ்வொருவரும்
பதில்களின்மீது மோதிக்கொள்ளாமல்
நடப்பது இயலாதபடியிருக்கிறது

என்ற போதிலும்
குற்றச்சாட்டுகள் அவர்களுடையவை
பதில்கள் என்னுடையவை.

தொடர்மழை

சிறு மழை பெரு மழை
அடை மழை இடி மழை
புயல் மழையென
அடிக்கடி பெய்து கொண்டுதானிருக்கிறது
உனக்கு எனக்கு எல்லோருக்குமாக

மழை பெய்வதுக் குறித்து
கவலையோடும்
கவலையேதுமற்றும்
நனைந்து மகிழ்ந்தும்
கவனமாய் நனையாமலும்
சென்று கொண்டிருக்கின்றோம்
நீ நான் எல்லோரும்

உனக்கும் எனக்கும் எல்லோருக்கும்
சேருமிடமொன்று இருக்கின்றது

பிரிக்காத பரிசு போல்
இறுக்கிய கைகளுக்குள்
நனையாமல் பத்திரமாய்
என் விரல்களை எடுத்துச்
சென்று கொண்டிருக்கிறேன் நானும்.

என்னிடம் வந்த இந்த நாள்

சுரக்கத்தொடங்கிய
ஆதி நாட்களிலிருந்து
வற்றிப்போகாத நாளொன்று
என்றைக்கும்போலவே
என்னிடம் வந்து தஞ்சமடைந்தது

மணல்வெளி புகுந்து வெளியேறிய
கால்களைப் பற்றிய
நுண் துகள்களாய்
என்னுடனே மின்னிக்கொண்டிருந்தது

அழகின் இருப்பு தேடிச்சேரும்
ஆசிர்வதிக்கப்பட்ட
செடியின் மலராய்
திளைக்கச்செய்து
பொழுதினை நகர்த்தியது

கசப்பையும் மௌனத்தையும்
குமிழியிட்டுக் கழித்த
நேற்றைக் கவ்வி
பூரிப்பையும் பிரியங்களையும்
தூறிச்செல்கிறது

மன இடுக்குள்களில் சிக்கி
கசிந்து கொண்டிருக்கும்
வேதனைச் சுனைகளில்
சந்தோஷங்களை
நிரப்பி ஒத்தடமிடுகிறது

பிஞ்சுக்குழந்தையின்
மென்பஞ்சுக் கன்னங்களையொத்த
கதகதப்பில் தோய்த்தென்னை
துயிலாழச் செய்கிறது

அமைதியின் உணர்கொம்புகளைத்
துய்த்தபடியிருக்கும் என்னிடம்
விடைபெறும் தருணத்தைக்
குறிப்புணர்த்தியது

பிரிவுத்துயரின் நீர்த்தாரை வழிய
இன்றிருந்த நாளே தொடர வேண்டுமென
இறைஞ்சுமென்னிடம்

தாழப்பறந்தும் கையில் சிக்காத
விருப்பப் பறவையாய்
கொஞ்சமும் இரக்கமில்லாது
கடந்து செல்கிறது இந்த நாள்.

பலூன் பிரியம்

ஆதிச்சுதந்திரத்தின் அலைதல் வெறுத்து
குழந்தை கைத்தழுவலுக்கேங்கி
அடைபட்டுக்கிடக்கும்
காற்றடைத்த
விற்காத பலூன்களோடு

நடை சலிக்காமல்
சாலை வெயிலில் சுற்றித்திரியும்
வறண்ட கண் கொண்ட
பலூன் விற்பவனின்
கைவிரல் தேய்த்தலில்
'ப்யூப்' 'க்யூப்'பென ஒலியெழுப்பிப்
போகுந்திசை நோக்கி

அப்பாவின் பேரன்பும்
பிரியத்தின் இதழ் மலரும்
அந்தி தருணத்திற்காய் காத்திருக்கும்
காயத்ரியின் ஞாபகத்தில்

பதியனாய் அமர்ந்து கொள்கிறது
மறுமுறை பலூன்காரன் வருவதற்குள்
பலூன் வாங்கி விடுவதற்கான விருப்பம்.

ஆறுதல் சாயம்

பிரியங்களைக் கொய்வதில்
சலிப்பற்ற திரள்தளில்
நுரைத்துக் கரை சேர்ந்த
வெற்று நீர்ப்பலூன்களைச்
சேகரித்துக் கொண்டிருக்கிறது
நெஞ்சக்கரை

ஆறுதல் போர்த்திய
துளிர்களின் மினுக்கலில்
ஆழ்மையுற்று நீண்டு
கிடக்கிறது காலம்

மாய்ந்த துயரங்களின் கல்லறைகளில்
களிப்பை முகிழ்க்கிறது
உன் காலடித்தடங்கள்

இறுக்கத்தின் நுனியைக் கைப்பற்றி
காலப் பெருமழையின்
அடர் இருளில் உற்று நோக்கி
சரிபார்த்துக் கொள்கிறேன்
என்னை நான்.

கவிழ்தல்

சாலைகள் பூமியின் மேலாக
தனித்துப் படுத்துக்கிடந்த அந்நள்ளிரவில்

அடிவயிற்றின் கீழாகப்
புத்தகத்தைக் கவிழ்த்து வைத்தபடி
உறக்கத்திலாழ்ந்திருந்த
எனது குறியுரசி எழுப்பியது புத்தகம்

நாய் குரைச்சல்
காதுகளுரச எழுந்த என்னை
சுரீரென்று தாக்கியது
தலைகீழாகத் தெரிந்த
புத்தகத்தின் அட்டைப்படம்

நெரிசலின் புழுக்கம் தாளாமல்
வாசித்த பக்கங்கள்
மின்விசிறிக்காற்றில்
முன் பின்னாய் உலாத்தின

இரவின் தைரியத்தில்
புத்தகத்திலிருந்து இறங்கி
கட்டிலின்மேல்
விளையாடத் தொடங்கியிருந்த
நாவலின் பாத்திரங்கள்
ஒருகணம் திகைப்புற்று
மீண்டும் பக்கங்களில் தஞ்சமடைந்தன

தலைகீழாய் புத்தகத்தை
வாசிக்கத் தொடங்கியிருந்தேன்
நான்.

காதல் காட்சி

திரைப்படத்தின்
மூன்றாவது ரீலில்
ஆரம்பமாகியிருந்தது காதல்

களிப்போடு நாயக நாயகி
ஆடிய பாடற் காட்சியில்
கிளர்ந்தெழுந்தது எனது காதலும்

ரசமிழந்த கண்ணாடியின்
உட்புறத்தையொத்த
கலங்கலான பின்புலத்தில்
மங்கலாகத் தெரிந்தும் தெரியாமலும்
நீ என்னுடன் ஆடியபடியே
பின் தொடர்கிறாய்

உன் முத்தத்தைப்
பெற்றுக் கொண்ட அந்த கணத்தில்
நினைவாக வைத்துக்கொள்கிறேன்
என்று என் ஒற்றையுதடைக்
கடித்துச் சென்ற உன்னை
எறும்புகள் செல்கிற வழியெல்லாம்
தேடியபடி திரிகிறேன்

அந்தரத்தில் மிதந்து
கொண்டிருந்த அந்நேரத்தில்
மேகம் விட்டு மேகம் தாவும்
ஒரு செய்கையில்
நாற்காலியிலிருந்து சரிந்ததில்
கலைந்தது என் கனவு.

திரைப்படம் ஓடிக் கொண்டிருக்கிறது.

மீசைப் பூனை

ருசியின் ரசனையோடு
தொடர்கிறது நிழல்

கசப்பு
இனிப்பு
துவர்ப்பு
புளிப்பு
உவர்ப்பு

நரம்புகளற்றுச் சிவந்த
குறு நாவிலிருந்து நீளும்
கூர் தசை நுனிகள்
பயணங்களின் ஊடாக த்
தேடிச்சென்று கொண்டிருக்கிறது

தோல் போர்வைக்குள்
இரத்தம் பிணைந்த நார்த்தசை
உயிர் உறிஞ்சும்
உதட்டு முத்தங்களின் ருசி
நிரப்பிக் கொண்டிருக்கிறது
வாழ்வின் சிலாகிப்புகளை

வாழ்வலைவரிசையில்
ஒலித்துக் கொண்டிருக்கிறது
சாகச சுயத்தின் திமிர்ப்போதை.

இந்தக் கவிதை

தனிமையின் உப்பரிகையில்
தன்னைத்தானே செவியுற்றுக்
களித்துக் கொண்டாடி
துயரயிசை மீட்டி
அழித்தும் திருத்தியும்
அலைக்கழித்தும்
விடாப்பிடியாக இழுத்துச் செல்கிறது

குரல்களற்ற மனவெளியில்
மீண்டும் மீண்டும் வாசித்து
உறுதிப்படுத்திக் கொள்கிறேன்

பிரக்ஞையற்றுப் பறக்க யத்தனிக்கும்
பறவையின் லாவகத்துடன்
எழுத்துக் குறிகளிட்ட
சதுர வில்லைகளின்
மென்னழுத்தங்களில் ஒளிர்ந்து
திரையில் வந்தமர்கிறது இந்தக்கவிதை.